நீலத்திமிங்கிலம் முதல் பிக்பாஸ் வரை

பழனி சோ. முத்துமாணிக்கம்

பிறந்த ஊர், அமரபூண்டி, பழனி வட்டம். பாரத அரசு வங்கியில் பணிபுரிந்து, ஓய்வுபெற்றவர். 1980களில் தமிழ்ச்சுடர் என்னும் இலக்கிய மாத இதழின் ஆசிரியராக இருந்திருக்கிறார். ஏணி, ஓடம், முங்காரி, முதியோர் காவலன், பூம்புனல் முதலிய சிற்றிதழ்களின் பொறுப்பாசிரிய ராக இருந்திருக்கிறார். இவருடைய ஆணிவேர்கள் என்னும் நூல் 2004-இல் திருப்பூர் தமிழ்ச் சங்கத்தின் இலக்கிய விருதைப் பெற்றுள்ளது. இவருடைய உயிரின் விலை என்னும் நாடக நூல் சேலம் கே.ஆர்.ஜி. நாகப்பன் இராஜம்மாள் இலக்கியப் ப? வென்றுள்ளது. இந்நூல் துடியலூர் கொங்கு கலை அறிவியல் கல்லூரியில் பாடமாக வைக்கப்பட்டிருந்தது. தமிழ்நாடு முற்போக்கு எழுத்தாளர் கலைஞர்கள் சங்கத்தின் மாநிலக் குழு உறுப்பினராக இருக்கிறார்.

ஆசிரியரின் பிற நூல்கள்:

1.   ஆய்வுகள்... தீர்வுகள்... (கவிதை)

2.   இயக்கவியல் - தமிழ்ப் புதினங்களின் வழி (ஆய்வுக்கட்டுரை)

3.   ஆணிவேர்கள் (சிறுகதைத் தொகுப்பு)

4.   உயிரின் விலை (நாடகத் தொகுப்பு)

5.   தமிழ் இலக்கியப் பாடல்கள் தரும் இன்பம் (கட்டுரைகள்)

6.   உலகம் என்பது என் வீடு (கவிதை)

7.   தேவை மதமா? மனிதமா? (ஆய்வுக்கட்டுரை)

நீலத்திமிங்கிலம் முதல் பிக்பாஸ் வரை

பழனி சோ. முத்துமாணிக்கம்

நீலத்திமிங்கிலம் முதல் பிக்பாஸ் வரை

Neela Thimingilam Mudhal Bigboss Varai

Pazhani Cho. Muthumaanikkam ©

First Edition: December 2018
128 Pages
Printed in India.

ISBN: 978-93-86737-63-2
Kizhakku 1121

Kizhakku Pathippagam
177/103, First Floor, Ambal's Building, Lloyds Road,
Royapettah, Chennai - 600 014. Ph: +91-44-4200-9603
Email : support@nhm.in | Website : www.nhm.in

kizhakkupathippagam | kizhakku_nhm

Author's Email: sembavalam@gmail.com

Kizhakku Pathippagam is an imprint of New Horizon Media Private Limited

எழுத நேரம் கொடுத்து
எனது பணிகளுக்குத் தோள்கொடுத்த
என் துணைவியார் சரளா அவர்களுக்கு

பொருளடக்கம்

அணிந்துரை

தோழர் பழனி.சோ. முத்துமாணிக்கம் அவர்களின் இந்தக் கட்டுரை களை, தீக்கதிர் நாளேட்டில் வந்தபோதே, அவ்வப்போது வாசித்திருக்கிறேன். நம் சமகால அரசியல், பண்பாட்டு நிகழ்வுகளை நல்ல நகைச்சுவையுணர்வுடன் விமர்சிக்கும் கட்டுரைகள் இவை. அதுமட்டுமன்றி, ஆழ்ந்த சங்க இலக்கிய மற்றும் பழந்தமிழிலக்கிய வாசிப்புள்ள தோழர் சோ. முத்துமாணிக்கம், இன்றைய நிகழ்வுகளை அன்றைய இலக்கிய வரிகளுடன் இணைத்துப் பேசும் பாங்கு சுவைமிக்கது.

திருமங்கலம் ஃபார்முலாவுக்கு முன்னோடியான உப்புமாப் பழக்கத்தில் துவங்குகிறது இத்தொடர். மொடாக் குடியர்களை 'அரசுத் திட்டச் செயல் வீரர்கள்' என அழைக்கவேண்டும் என ஒரு கட்டுரையில் குறிப்பிடுகிறார்.

> 'நெருநல் உளனொருவன் இன்றில்லை என்னும்
> பெருமை உடைத்திவ் வுலகு.'

என்னும் குறளை எடுத்துக்கொண்டு, இதிலென்ன பெருமை இருக்கிறது இந்த உலகுக்கு என்கிற கேள்வியுடன் புறப்பட்டுப் பெருமை கொண்டாடும் பலவிதமான காட்சிகளை நம்முன் விரிக்கிறார். முடிவில் 'கருமமே கட்டளைக்கல்' எனக் கச்சிதமாக முடிக்கிறார்.

வாய் கொப்பளிக்கத் தண்ணீர் ஏற்பாடு செய்யாத தனியார் பள்ளி நிர்வாகம் குழந்தைகளை நாகரிகம் என்ற பேரில் கரண்டியால் சாப்பிட்டு கைக்குட்டையால் வாய்துடைக்க வைப்பதுபோல பல வன்முறைகளைப் பட்டியலிட்டுப் 'பூக்களைக் கசக்காதீர்கள்' என்கிறார். 'வகைவகையான குரங்குகளை வாழ்நாளில் நாம் பார்த்துக் கொண்டுதான் இருக்கிறோம். பழமுதிர்சோலையில் பழங்கள் கொண்டுபோகும் பையைப் பறிக்கும் குரங்குகளை விரட்டும் நாம், நம்

வளமெல்லாம் பறிக்கக் கைநீட்டுவோரை எப்படி அடக்கப் போகிறோம்?' என ஒரு கட்டுரையில் விசனப்படுகிறார். இதை வாசித்தபோது எனக்கு குன்றக்குடி அடிகளார் ஒரு கூட்டத்தில் பேசியது நினைவுக்கு வந்தது. 'கோவிலில் சுண்டலைச் சமமாகப் பகிர்ந்தளிக்காவிட்டால் கோபப்படும் நம் சமூகம் இயற்கை வளங்கள் சமமாகப் பகிரப்படாததைக் கண்டுகொள்ளாமல் போகிறதே' என்பதே அவர் பேச்சு.

ஹீமோகுளோபின் குறைவால் ஏற்படும் மாற்றத்துக்குப் பசலை படர்ந்தது எனப் பெயர் வைத்துப் பாடிக்கொண்டிருக்கும் நம் சமூகத்தின் கைத்த நகைச்சுவையை வருத்தமுடன் பதிவு செய்யும் 'மனையாளும் தெய்வமன்றோ' ஒரு முக்கியமான கட்டுரை. மானுட உரையாடலைக் கண்டு அஞ்சும் சமூகமாக மாறிச் செல்பேசிகளுக்குள் முடங்கிக் கிடப்பதைச் சுட்டிக்காட்டும் கட்டுரை, 'பலசொல்லக் காமுறுவர் மன்ற மாசற்றச், சிலசொல்லல் தேற்றாதவர்.' என்ற குறளுடன் முடிகிறது. 'எங்கும் தமிழ் எதிலும் என்ற நிலையை எதிர்பார்த்து எங்குமே இல்லை தமிழ் என ஏமாந்த கதையைக் கவலையுடன் பேசுகிறது இன்னொரு கட்டுரை.

'பஞ்சத்துக்குத் தப்பி நாம் பிழைத்தால் - பின்பு
பாலகந்தன்னை பெற்றுக் கொள்வோம்.
பலபேர்களில் விலைகொள்பவர்
இலையோ என நலமேதரு
பாலகனை விலைகூறி வந்தாள்'

என, தாது வருஷத்துப் பஞ்சத்தில் பாலகனை விற்ற தாயின் கதையைக் கூறும் 'வெறிச்ச காலம் கொடுமை சொன்னால்' என்கிற கட்டுரை பசியையும் பட்டினியையும் அன்றாடமாகக் கொண்டுவிட்ட உலகத்து மக்களைப் பற்றிய உருக்கமான கட்டுரை.

தூக்கம் வரவில்லையென்றால் ஒன்று, இரண்டு என எண்ணிக் கொண்டிருக்க ஆலோசனை சொன்ன நண்பர் மறுநாள், 'காலைவரை 1,76,000 கோடிவரை எண்ணி முடித்துவிட்டேன். தூக்கம்தான் வரவில்லை.' என்று கூறும் நகைச்சுவையுடன் தூக்கம் பற்றிய கட்டுரை பல சமூக நிகழ்வுகளைத் தொட்டுச் செல்கிறது. இக்கட்டுரையை வாசித்துக் கொண்டிருக்கையில் எனக்கு, மயக்க மருந்து மருத்துவரும் அற்புதமான எழுத்தாளருமான திரு மாணிக்கவாசகம் அவர்களின் 'தூங்காமல் தூங்கு' என்கிற நூல் நினைவில் வந்துகொண்டே இருந்தது.

'ஓய்வுக்குப் பின்னே' எனும் கட்டுரையில் பணிஓய்வு பெற்ற பிறகான வாழ்வில் செய்யத் தக்கவை தகாதன பற்றி நகையுணர்வுடன் பல

ஆலோசனைகளை முன்வைக்கிறார். 'பெரும்பான்மை இல்லா விட்டாலும் நீடிக்கட்டும் ஆட்சி எனக் கட்டளையிட்டு ஆளுநரை ஓய்வாக வைத்திருப்பதும் பிக்பாஸ் வேலைதான்.' எனச் சொல்லும் 'நீலத்திமிங்கலமும் பெரியண்ணன் பிக்பாசும்' கட்டுரை, அனிதாவின் தற்கொலை முதல் கீழடி வரை பல சமகாலக் கொடுமைகளைப் பேசுகிறது.

இப்படியே 25 கட்டுரைகள். அதில் ஒரு கற்பனை ஒளிபரப்பும், ஓரிரு கடிதங்களும் கூட.

நல்ல மொழிவளத்துடனும் சமூக அக்கறையுடனும் நகைச்சுவை உணர்வுடனும் எழுதப்பட்டிருக்கும் இக்கட்டுரைகளை வாசகர்கள் விரும்பிப் படிப்பார்கள். வாசிக்கும் சுகம் தருகிற சுவையான கட்டுரைகளை, தோழர் பழனி. சோ. முத்துமாணிக்கம், தொடர்ந்து தரவேண்டும் என அன்புடன் வேண்டுகிறேன்.

14/02/2018   தோழமையுடன்

ச. தமிழ்ச்செல்வன்

கவுரவத் தலைவர்,
தமிழ்நாடு முற்போக்கு
எழுத்தாளர் கலைஞர்கள் சங்கம்.
சென்னை.

என்னுரை

கதை, கவிதை, நாடகங்களைச் சமைப்பதுதான் படைப்பாற்றல்; கட்டுரையாத்தல் அதில் சேராது எனச் சிலர் எண்ணலாம். அக்கருத்தில் எனக்கு உடன்பாடில்லை.

நிகழும் சமூக அவலங்களையும் அரசியல் சித்து விளையாட்டு களையும் உற்று நோக்கும்போது, என் மனச் சுமைகளைக் கொட்டக் கட்டுரைகளே ஏந்ததாக அமைந்தன. அதனால் எங்கு சென்றாலும் என் கண்களையும் மனதையும் திறந்தே வைத்திருக்கக் கற்றுக் கொண்டேன்.

நான் கண்ட காட்சிகளும் பட்டறிவுமே இக்கட்டுரைகள் பிறக்கக் காரணங்கள் ஆயின. நூல்பல கற்பினும் பட்டறிவுக்கு மிஞ்சிய ஆசான் பாரினுள் எவருமில்லைதானே!

சங்க இலக்கியத் தோய்வும் நாட்டுப்புறவியல் ஆய்வும் என் நடைக்கு வலுச்சேர்த்தன. நாட்டில் நடக்கும் நிகழ்வுகள் என்னை எதிர்வினை ஆற்றிடத் தூண்டின. சேவல் கூவியா பொழுது விடியப் போகிறது எனச் சிலர் நகைக்கலாம். ஆனால் சேவலின் கூவலில் நிறைந்திருக்கும் நம்பிக்கையை நாம் கைக்கொள்வோம். மாற்றம் என்பதொன்றே மாறாத மெய்ம்மை என்ற நம்பிக்கையில் நாம் இயங்குவோம். கிழக்கு விடியாமலா போய்விடும்!

மக்களிடம் இருந்து நான்பெற்ற அனுபவத்தை, மக்களுக்கே திருப்பிக் கொடுக்க முனைந்திருக்கிறேன். இனி இந்தப் படைப்பு உங்கள் வசம்.

கடும் பணிச்சுமைக்கு இடையே நான் வேண்டிக் கேட்டவுடன் அழகான அணிந்துரை நல்கிய தோழர், தமிழ்நாடு முற்போக்கு எழுத்தாளர் கலைஞர்கள் சங்கத்தின் கவுரவத் தலைவர் ச.தமிழ்ச்செல்வன் அவர்களுக்கும், இந்த நூல் வெளியிடுவதற்குத் தூண்டுகோலாக இருந்த அன்புத் தோழர் மூத்த இதழாளர் அ.குமரேசன் அவர்களுக்கும்,

நூலை வெளியிட என்னைவிட ஆர்வமாக அனைத்து வகைகளிலும் துணைபுரிந்த என் அன்பு மருமகன் (மறு மகன்) குரு.சீனி.வேங்கடப் பிரகாஷ், மூத்த செய்தி ஆசிரியர், புதிய தலைமுறை தொலைக்காட்சி அவர்களுக்கும், மகள் முனைவர் மு.ச.பூங்குழலி மூத்த செய்தி வழங்குனர், புதிய தலைமுறை தொலைக்காட்சி அவர்களுக்கும், எழுத நேரம் கொடுத்து என் பணிகளுக்குத் தோள்கொடுத்த என் துணைவியார் சரளா அவர்களுக்கும், வரிசையறிந்து பரிசில் நல்கிய பண்டைய தமிழ் மன்னர்கள் போல, இந்நூலைத் தேர்ந்தெடுத்து வெளியிடும் கிழக்கு பதிப்பகத்தார்க்கும், தொடர்ந்து இதழ்களில் வெளியிட்டு என்னைப் புரந்த 'தீக்கதிர் - வண்ணக்கதிர்' இதழுக்கும், 'பயணம்' இதழுக்கும், தேவைப்படும்போதெல்லாம் என் படைப்பு களுக்குக் கருப்பொருள் தந்தும், கதைமாந்தர்களாக உலவியும் கனிவு காட்டும் என் பேரக்குழந்தைகள் பிரியசகானா, சுருதி, தென்றல், கன்னல் ஆகியோருக்கும் நெஞ்சார்ந்த நன்றியினைத் தெரிவித்துக் கொள்கிறேன்.

பழனி.சோ.முத்துமாணிக்கம்.
23/275, பூமலரகம்,
இலக்குமிபுரம்,
பழனி.624601

1

உப்புமாவில் தொடங்கிய பழக்கம்

ஒருவழியாக முடிந்துவிட்டது தேர்தல் திருவிழா. வெற்றி பெற்றவர்கள் மக்கள் எம்பக்கம் என்று வழக்கம்போல் சொல்கிறார்கள். வாய்ப்பை இழந்தவர்கள் போட்ட முதலுக்கு அறுவடை சரியில்லையே என்று கலக்கத்தில் இருக்கிறார்கள். மக்கள் நலக் கூட்டணியோ மக்களிடம் தேநீர் வாங்கிக் குடித்துக்கொண்டு வாக்குக் கேட்டவர்கள். மாற்றத்தை மக்கள் விரும்புவார்கள் என்று நம்பிவிட்டதுதான் அவர்கள் செய்த தவறு. எவர்மேலாவது பழி போடுவதற்கு விஜயகாந்தையும் வைகோவையும் தேர்ந்தெடுத்துக்கொண்டு காணொளிக் குழுவில் (வாட்ஸப்) காச்சுகாச்செண்று காய்ச்சிக் கொண்டு மகிழ்கிறார்கள். ம.ந.கூ. முன்வைத்த முற்போக்கான தேர்தல் அறிக்கையைப்பற்றி எவரும் பேசுவதாக இல்லை. உண்டியலைக் கையிலேந்தி வாக்குக் கேட்பவர்கள் என்ன இலவசங்களை அறிவிக்கமுடியும்? அது அவர்களுடைய கொள்கையும் இல்லையே! உழைப்பையும் குருதிக் கொடையையும் மக்கள் பிரச்னைகளுக்காகப் போராட்டத்தில் குதிப்பதையும் தவிர அவர்களிடம் வேறொன்றும் இல்லை.

என்னுடைய கிராமத்தில் நடந்ததை நண்பர் ஒருவர் சொன்னார்:

'ரெண்டு கச்சிக்காரவுங்களும் பணம் கொடுத்தாங்க. வாங்கலைன்னா எங்கள ஊருல ஒதுக்கிவச்சுருவாங்க. நாங்க என்ன செய்யறது.'

'சரி... வாங்கிட்டீங்க. எது நல்ல கட்சீன்னு பாத்து உங்க விருப்பத்துக்கு ஓட்டுப் போட்டுருக்கலாமே' எனக் கேட்டேன்.

'அதெப்பிடிங்க... நன்றீன்னு ஒன்னு இருக்கல்ல!' என்றார் அந்த செஞ்சோற்றுக் கடன்தீர்க்கக் களம் சென்றவர். அனேகமாக அதிகம் பணம் கொடுத்தவருக்கு நன்றிக்கடனைச் செலுத்தியிருப்பார் என நினைக்கிறேன்.

இன்னொரு ஊரில் நடந்த நிகழ்வு. வேட்பாளர் மக்களிடம் நன்றாகப் பழகக் கூடியவர்தான். மக்கள் தம் வீட்டு விழாக்களுக்கு அழைத்தாலும் தவறாமல் போகக் கூடியவர். எவர்வந்து கோவில் குடமுழுக்கு, அம்மன் நோன்பு என நன்கொடை கேட்டாலும் கணிசமான தொகையைக் கொடுப்பார். இந்தத் தேர்தலில் இவரை எதிர்த்துப் போட்டியிடுபவர் வெள்ளையப்பனை (எங்க ஊர்ப்பக்கம் அதுக்குப் பேரு இதுதாங்க!) வாரியிறைக்கத் தொடங்கிவிட்டார். எப்படி அவரைச் சமாளிப்பது என நினைத்தவருக்கு அந்த ஊர் கரிகாளியம்மன் கைகொடுத்தார். (இதுக்குப் பேர்தாங்க தெய்வச்செயல்!) ஊரில் இவருக்கு வேண்டியவர்களை அழைத்தார். சிதிலமடைந்த கரிகாளியம்மன் கோயிலைச் சீர்படுத்திக் கொடுத்திடறேன். தேர்தல்ல ஓட்டுமொத்த ஓட்டுகளையும் எனக்கே போட்டுருங்க' என்றார். கையெழுத்துப் போடாத குறையாக ஒரு ஒப்பந்தம் நிறைவேறி விட்டது. வெற்றியும் தேடிவந்துவிட்டது. (ஏங்க... அமெரிக்காவில தேர்தல் நடக்கப்போகுதே... டிரம்புக்கு இதெல்லாம் தெரியுமா?)

என் தொகுதி வேட்பாளர் மக்கள் நலக் கூட்டணியைச் சேர்ந்தவர். பொதுவுடைமைக் கட்சி. ஐந்து ஆண்டுகளுக்கு முன் நகர்மன்றத் தலைவராக இருந்து நல்ல பல செயல்களைச் செய்தவர். கட்சி வேறுபாடின்றி எல்லோரிடமும் பழகக் கூடியவர். நானும், தொகுதி மக்களிடம், அவருக்காக ஓட்டு கேட்டேன். 'நாம் எல்லோரும் எளிதாக அணுகக் கூடியவர். நாம் கூப்பிட்ட குரலுக்கு ஓடோடி வரக் கூடியவர். ஒரு மாற்றத்தைத் தமிழகத்தில் பார்க்கலாமே. அவருக்கு வாக்களியுங்கள்' என்று அவருக்காக, அனைவரிடமும் எடுத்துக் கூறினேன். அதற்கு, 'இவுரு மட்டும் போய் என்ன செஞ்சுர முடியும். விஜயகாந்துக்குப் பேசமுடியல. வைகோவே நிக்காமப் போயிட்டாரு.' என்று வக்கிரமான விடைகளே வந்தன. வெள்ளையப்பன் இல்லா விட்டால் ஒன்றும் நடக்காது என்பதை உணர்ந்துகொண்டோம்.

தமிழகத்தில் அவ்வளவு விரைவாக மாற்றமோ புரட்சியோ வர நாம் ஒன்றும் கேரளாக்காரர்கள் இல்லையே! உண்பதற்கு ரொட்டிகூட் கிடைக்கவில்லையே என்ற நிலை வந்தபின்தான் மக்கள் தாமாகக் கிளர்ந்தெழுந்தார்கள் பிரான்சில். அந்தப் பிரெஞ்சுப் புரட்சியை நாம் இங்கே ஏற்படுத்திவிட முடியுமா? புதிதாக ஒரு கில்லட்டினைக் கண்டுபிடித்துவிடுவோமா?

ஒரு பெரியவர், 'நீங்க பாட்டுக்கு சாராயக் கடேங்கள மூடுவோம்ங்கிறீங்க... நாங்க அதுக்குப் பழகிட்டோம். அவங்களே வந்தாத்தான் அது கெடைக்கும்ப்பா... அதனால ஏன் ஓட்டு அவிகளுக்குத்தேன்' என்றார். (நல்லாச் சொல்றாங்கையா டடையுலு!)

மக்களுடைய வாக்கு விற்பனைக்கல்ல என்று காணொளி மூலமும், தொலைக்காட்சி மூலமும் விழிப்புணர்வூட்டியும் ஒன்றும் நடக்க வில்லையே. ஒரு நபர் 1000 பெற்றால் அது ஐந்தாண்டுக் கணக்குப் பார்த்தால் ஒரு நாளைக்கு 54 காசு வருகிறது. (இப்போதெல்லாம் பிச்சை எடுப்பவர்கூட 50 காசை வாங்க மறுக்கிறார்) என்றெல்லாம் நடிகர் சூர்யா வாய்வழியாகவும் விளம்பரப்படுத்தியும் யாரும் விழிக்கவில்லையே.

திருமங்கலச் சூத்திரம் இது என்பவர்களுக்கு எங்கள் அந்தநாள் தேர்தல் பரப்புரை முறையைச் சொல்லியாகவேண்டி இருக்கிறது. அப்போது சிறுவயதில் தேர்தல் நேரத்தில் உடன்பயிலும் மாணவர்களைச் சேர்த்துக்கொண்டு கையில் மூன்றுவண்ணக்கொடி பிடித்துக்கொண்டு பாடிக்கொண்டே தெருக்களைச் சுற்றுவோம். 'கோபாலா எங்கே போற? ஓட்டுப் போட... எந்தப் பெட்டிக்கு? மஞ்சப் பெட்டிக்கு...' என்ற உரையாடல் வழி பரப்புரை நடக்கும். ஊர்வலம் முடிந்தவுடன் எல்லோருக்கும் கைநிறைய ஆரஞ்சு மிட்டாய்கள் கிடைக்கும்.

சிற்றூரில் பெரிய நிலக்கிழார் வீடுகளில் தேர்தல் அன்று காலையில் இருந்து எல்லோருக்கும் சாப்பாடு. காலையில் கோதுமை உப்புமா தயிர் கலந்து சாப்பிட்டுவிட்டு வாக்குச் சாவடிக்குச் செல்வார்கள். வாக்களித்த பின் வந்து மதிய உணவை ஒருபிடி பிடித்துவிட்டு வீட்டுக்குப் போவார்கள். அங்கே சாப்பிட்டவர்கள் அந்த நிலக்கிழார் சொன்ன வேட்பாளருக்கே வாக்களிப்பார்கள். விவரம் தெரியாதவர்கள் (!) உப்புமாவுக்கு ஓட்டை விக்கிறீங்களே என்று பேசுவதை எவரும் பொருட்படுத்த மாட்டார்கள். பணப்பரிமாற்றம் அன்றே தொடங்கி விட்டது உப்புமா வடிவத்தில்.

பணம்கொடுப்பதைத் தேர்தல் ஆணையம் கண்டுகொள்ளவில்லை என்று நாம் கூறுகிறோம். அவர்கள் பாவம் என்ன செய்வார்கள். பறக்கும் படை அமைத்து திருமணத்துக்கு உடை எடுக்கப் போகிறவர்கள், கொள்முதல் செய்வதற்காகச் செல்லும் வணிகர்கள் எனப் பலபேரிடம் இருந்து பணத்தைக் கண்டுபிடித்தார்கள். அந்தக் களைப்பில் கடைசி இரண்டு நாள் இருந்துவிட்டார்கள்!

எப்படியோ நீயா? நானா? என்று போட்டிபோட்டுக்கொண்டு மக்களுடைய தன்மானம், உரிமையுணர்வு, கடமை என எல்லாவற்றையும் ஏலத்தில்

எடுத்துக் கொண்டுபோய் விட்டார்கள். இனி சிறுதொழில்களை அழிக்க வால்மார்ட் வந்தாலென்ன... ரிலையன்சு வந்தாலென்ன... நம் ஊர்த் தண்ணீரை எந்த வெளிநாட்டுக்காரர் வந்து உறிஞ்சினால் என்ன? நம் ஊர்க் கண்மாயை எவர் அழித்தால் என்ன? அரசுக்கு எவரெவர் வரி கட்டாமல் இருந்தால் என்ன? நம் பிள்ளைகள் படிக்கும் பள்ளிகளை மூடினால் என்ன? குடிநீர் வந்தால் என்ன, வராவிட்டால் என்ன? பேருந்துகள் குமரி மாவட்டப் பேருந்துகள்போல் ஓட்டை உடைசல் களாக இருந்தால் என்ன? அரசு அலுவலர்கள் முன் எப்படிக் கேவலமாக நின்றால் என்ன? 100 நாள் வேலை திட்டப் பணம் அரைகுறையாக வந்தால் என்ன? நம் வயல்களில் எவரெவரோ வந்து குழாய் பதித்தால் என்ன? மீத்தேன் வாயுவுக்காக நன்செய் நிலத்தைச் சீரழித்தால் என்ன? கவலையே படவேண்டியதில்லை.

நம் பொருள்களைக் களவாடியவர்களைத் துரத்திப் பிடிக்கிறோம். நாமே களவாடப்பட்டிருக்கிறோம் என்பதை என் சகோதரன் எப்போது உணர்வான்?

2

பூக்களைக் கசக்காதீர்கள்!

'உங்க அப்பாவுக்குக் கல்யாணம் ஆச்சா? தொலைக்காட்சியில் குழந்தைகள் நிகழ்ச்சி ஒன்றை நடத்திக்கொண்டிருக்கும் நெறியாளர் அண்ணாச்சி ஒரு நான்கு வயதுச் சிறுவனைப் பார்த்துக் கேட்கிறார். பையன் படுசுட்டி. 'ஆயிருச்சி' என்கிறான். அடுத்து நெறியாளர் கேட்கிறார், 'உங்க அம்மாவுக்குக் கல்யாணம் ஆயிருச்சா?' பையனுக்கு ஒரே குழப்பம். 'அம்மாவுக்கு இன்னும் கல்யாணம் ஆகல்ல' என்கிறான். உடனே அரங்கமே சிரிப்பால் அதிர்கிறது. அந்தச் சிறுவனின் பெற்றோர் முகத்தில் ஆயிரம் வாட்ஸ் ஒளி, தம் மகன் இவ்வளவு அறிவுபூர்வமாகப் பேசுகிறானே என்று.

'உங்கப்பாவுக்குக் கேர்ல் ஃபிரெண்ட் இருக்காங்களா?' நெறியாளரின் ஒரு கோடி ரூபாய்க்கான கேள்விக்குப் பையன் விடை சொல்கிறான், 'இருக்காங்க.' மீண்டும் நெறியாளர் கேட்கிறார், 'உனக்குக் கேர்ல் ஃபிரெண்ட் இருக்காங்களா?' என்று. 'ஆமாம்' என்று கூறியவன் பார்வையாளர் இருக்கும் திசைநோக்கிக் கைகாட்டுகிறான். மீண்டும் அதிர்கிறது அரங்கம். எப்படியாவது தன் குழந்தை தொலைக்காட்சியில் தோன்றி யாக வேண்டும் என்ற உலகப் பெரிய ஆசைக்காக, தன் குழந்தைகளின் அறியாமையைப் பயன்படுத்திக் கேலி செய்யும் அந்த நெறியாளர் செய்யும் அனைத்துக் கோணங்கிச் செயலையும் சகித்துக்கொண்டிருக்கும் அந்தப் பெற்றோர்களுக்கு எவர் விழிப்புணர்வூட்டுவது? அந்தக் குழந்தைகள்மேல் இவர்கள் ஏவுவது ஒருவகை வன்முறை இல்லையா?

'சொல்லு மழலையிலே - கண்ணம்மா
துன்பங்கள் தீர்த்திடுவாய்.

முல்லைச் சிரிப்பாலே - எனது
மூர்க்கந் தவிர்த்திடுவாய்.'

என்று பாடிய பாரதி, இந்த மூர்க்கம் தவிர்க்காத மாந்தர்களைப் பார்த்தால் என்ன பாடுவாரோ தெரியாது!

'குழந்தைப் பருவம் மட்டும் இல்லாதிருந்தால் நாம் இந்தப் பூமியை இவ்வளவு பாசத்துடன் நேசித்திருக்கமுடியாது' என்பார் ஜார்ஜ் எலியட். அந்தக் குழந்தைப் பருவத்தின் இன்பங்களை நம் குழந்தைகளுக்கு அளித்திருக்கிறோமா?

கணவன் மனைவி இருவரும் வேலைக்குச் செல்லவேண்டிய கட்டாயம். வீட்டில் பெற்றோர் இருந்தால் அவர்கள் மேற்பார்வையில் குழந்தைகளை விட்டுச் செல்லலாம். ஆனால் சற்றொப்ப 75 விழுக்காட்டினர் தனிமையிலே இனிமைகாண வேண்டித் தனிக்குடித்தனம் வந்தவர்கள். குழந்தையை எங்காவது ஒப்படைத்துவிட்டு வேலைக்குச் செல்லவேண்டிய கட்டாயம். இவர்களுக்காகவே வாயைத் திறந்து கொண்டு (மன்னிக்கவும் பணப்பையைத் திறந்துகொண்டு) காத்திருக்கின்றன 'விளையாட்டுப் பள்ளிகள், நாற்றங்கால் பள்ளிகள்.'

'வண்டாடும் செண்டாட - என்கண்ணே
வந்தபொண்ணு பந்தாடும்,
கொண்டாடும் குலவிளக்கே - என்கண்ணே
கொஞ்சங் கண்ணுறங்கு'

என்று தாயின் பாட்டில் மயங்கித் தூங்கி, சிலநேரம் விளையாடிக் களித்திருக்கவேண்டிய இரண்டு வயதுக் குழந்தையைப் பள்ளிச் சிறையில் அடைக்கிறோமே, அது வன்முறையில்லையா?

'பள்ளிக் கூடத்துக்குப் புள்ளைங்க போகாமப்
படிக்கக் கருவி பண்ணியும் வைக்கணும்'

என்று உடுமலை நாராயண கவியின் ஏக்கம் இப்போது புரிகிறது.

பணம் பறிக்கும் இந்தக் கூடங்களில் நம் குழந்தைகள் எப்படிச் சீரழிகின்றன என்பது எத்தனை பேருக்குப் புரிகிறது? தொடர்ந்து இரண்டுமணி நேரம் ஒரே இடத்தில் காலைமடக்கி (சம்மணங்கால் போட்டு அல்லது ஆசனத்தின் பெயரை வைத்துக்கொண்டு காலத்தை ஓட்டுபவர்கள் பத்மாசனம் என்றும் கூறிக்கொள்ளலாம்) உட்கார்ந்து பார்த்தால்தான் தெரியும், நாம் குழந்தைகள்மேல் திணிக்கும் வன்முறையின் அளவு. சில பள்ளிகளில் உட்கார நாற்காலி வசதி செய்யப்பட்டிருக்கலாம் விதிவிலக்காக.

கோவையிலேயே பெரிய்ய பள்ளியில் இரண்டாம் வகுப்புப் படிக்கிறாள் என் ஒரு பேத்தி. மதிய உணவு சாப்பிட ஸ்பூனில்தான் எடுத்துச் சாப்பிடவேண்டுமாம். சாப்பிட்டுவிட்டுக் கைக்குட்டையால் கை துடைத்துக்கொண்டு, தண்ணீர்ப் புட்டியிலிருந்து தண்ணீர் குடித்துக் கொள்ளவேண்டும். சாப்பிட்டவுடன் வாய்கொப்பளிக்க வேண்டும் என்பதே அந்தப் பெரிய்ய பள்ளிக் குழந்தைகளுக்குத் தெரியாது. அதற்கான வசதி அங்கு கிடையாது. லட்சம் லட்சமாகப் பறிக்கும் தனியார் பள்ளிகள் வருங்காலத் தலைமுறையை எப்படி யெல்லாம் சிதைக்கிறது என்பதை நினைத்தால் நெஞ்சு குமுறுகிறது. மீண்ட சொர்க்கம் என்ற காவியத்தில் ஜான் மில்டன் கூறுவார், 'பகலைப் பற்றிய இயல்பை எவ்வாறு காலைப்பொழுது காட்டுகிறதோ, அதுபோல ஒரு மனிதனின் இயல்பைக் காட்டுவது குழந்தைப்பருவம்' என்று. பெற்றோரின் தன்முனைப்புக்கும் ஆங்கில மோகத்துக்கும் பலியாகும் இந்தத் தலைமுறையைப் பார்த்தால் வருங்காலத் தலைமுறையின் வறண்டமுகம்தானே தெரிகிறது.

முதலாளித்துவம் தன் வளர்ச்சிக்காக எதையும் காவுகொடுக்கத் தயங்காது என்பதை உண்மையாக்கும் தொலைக்காட்சி விளம்பரங்கள் பெருகிவிட்டன. உடல்நலத்தைக் கெடுக்கும் உணவுப் பொருள்கள், சாக்லெட் வகைகள், சுவைநீர் வகைகள் என அனைத்துக்கும் குழந்தைகளையே வைத்து விளம்பரப் படங்களை எடுக்கிறார்கள். உளவியல் ரீதியாகக் குழந்தைகள் பாதிக்கப்படுகிறார்கள். இரண்டு ரூபாய்கூட மதிப்பில்லாத 'கிண்டர்ஜாய்' என்ற கடுக்காய் அளவே உள்ளே கொண்ட சாக்லெட் நாற்பது ரூபாய்க்கு விற்கப்படுகிறது. (இலவசமாக ஐம்பது காசு மதிப்புள்ள பொம்மை கிடைக்கும். நாங்க எங்க குழந்தைப் பருவத்தில் மரப்பாச்சிப் பொம்மை, ஓலைக் காத்தாடி, நொங்குவண்டி, டயர் வண்டி, தீப்பெட்டித் தொலைபேசி போன்ற பொருள்களை வைத்து விளையாடிய காட்சிகள் மனதின் அடிவாரத்தில் இன்னும் ஈரமாக இருக்கிறது. பழைய நினைப்புடா பேராண்டி என்ற சொலவடை தெரியும்தானே!) பூஸ்டைக் குடித்தால் உயரம் அதிகமாகும்; கொசுவிரட்டி அட்டையைக் கொளுத்தி வைத்தால் வீட்டுக் கணக்கை விரைவில் போடலாம் போன்ற விளம்பரங்கள் நம் குழந்தைகளைக் குறிவைத்துத்தானே ஒளிபரப்பப் படுகின்றன.)

'ஏம் புள்ளை போகோ பாத்துக்கிட்டுத்தான் சாப்பிடுவான்!', 'டோராவின் பயணங்கள் இல்லாட்டி இவளுக்குச் சோறு இறங்காதே!', 'எங்க வீட்டுச் செல்லத்துக்கு ஐபேடுல எல்லாம் தெரியும்!' என்றெல்லாம் இப்போது தாய்மார்கள் பெருமையாகப் பேசுவதைக் கேட்கலாம். இதே பெற்றோர்கள் சில ஆண்டுகள் கழித்து, 'என்னேரம் பார்த்தாலும் படமாப் பார்க்கிறான், படிப்புல கவனம் இல்லை' என்றும், 'இப்பிடியே டி. வி. பார்த்தீன்னா சீக்கிரம்

கண்ணுக்குக் கண்ணாடி போடவேண்டியதுதான்' என்றும் புலம்பத் தொடங்குவார்கள்.

கதை சொல்லியோ, நிலாவைக் காட்டியோ, இயற்கைக் காட்சிகளைக் காட்டியோ சோறூட்ட இயலாமல் குழந்தைகளுக்குத் தொலைக் காட்சியையும் மற்ற கருவிகளையும் அறிமுகப்படுத்தியது நாம்தானே. அண்மையில் யூடியூபில் ஒன்றைத் தேடிக்கொண்டிருந்தேன். குழந்தைகள் பங்குபெறும் காணொளிக் காட்சி (அதாங்க வீடியோ) ஒன்றைப் பார்த்து அதிர்ந்து போனேன். இரண்டு குழந்தைகள் ஒருவருக்கு ஒருவர் அடித்துக்கொள்கிற காட்சிகள், விளையாட்டுப் பொருள்களைக் கீழே தூக்கி எறியும் காட்சிகள் சிரிப்பலையின் பின்னணியில் பதிவாகி இருந்தது. இதைப் பார்க்கும் குழந்தைகள் வன்முறையைப் பார்த்துக் களிக்க ஆரம்பித்துவிடுவார்கள். (நல்லவேளை தமிழில் சில திரை இயக்குனர்கள் எடுத்த பேய்ப் படங்களை நம் சிறுவர்கள் நகைச்சுவையாகப் பார்க்கப் பழகி விட்டார்கள்.)

பிள்ளையை எப்படி வளர்க்கவேண்டும் என்பதைப் பிள்ளைத்தமிழ் என்னும் பாவியத்தின் மூலம் சொல்லிக்கொடுத்தது தமிழிலக்கியம் அல்லவா? குழந்தை 3 மாதத்தில் காப்புப்பருவம். எல்லோரும் குழந்தையை வாழ்த்தும் பருவம். அடுத்துத் தால் பருவம், ஐந்து மாதத்தில். மண்வாசனையையும் தன் குடும்பப்பெருமையையும் குழைத்துத் தாலாட்டும் பாடல் கேட்கும் பருவம். ஏழு மாதத்தில் செங்கீரைப் பருவம். குழந்தை தன் ஒரு காலை மடித்தும் மறுகாலை நீட்டியும் இரு கைகளை நிலத்தில் ஊன்றியும் ஆடுதல் அல்லது அசைதல் செங்கீரை ஆடல் ஆகும். 9 மாதத்தில் கைகொட்டி விளையாடும் சப்பாணிப் பருவம். 11 மாதத்தில் குழந்தையிடம் 'நீ ஒரு முத்தம் தாடா' எனத் தாய் வேண்டும் பருவம். 13 மாதத்தில் தளர்நடையிடும் வாராளை அல்லது வருகைப் பருவம். 15 மாதத்தில் நிலாவை விளையாட அழைப்பதும் சோறூட்டத் துணை புரியச் சொல்வதும் அம்புலிப் பருவம். 17 மாதத்தில் மணலால் சிறுவீடு கட்டி விளையாடல் பருவம். (இப்போது ஆறுகளிலேயே மணல் கொள்ளை போய்விட்டது. எங்கே தேடுவோம் மணலை) 19 மாதத்தில் சிறுபறை கொட்டி ஆடல் பருவம். 21 மாதத்தில் சிறுதேர் உருட்டி விளையாடும் பருவம்). ஆண்குழந்தைகளுக்குச் சொல்லப்பட்ட சிறுபறை, சிற்றில், சிறுதேர் எனும் மூன்றுக்குப் பதிலாகப் பெண்குழந்தைகளுக்கு கழங்கு விளையாடல், அம்மானை ஆடல், ஊசல் ஆடல் என்ற மூன்றும் கூறப்பட்டிருக்கிறது.

பண்டைய காலத்தில் குழந்தைகளை எப்படியெல்லாம் கொண்டாடி இருக்கிறார்கள் என்பதை நினைக்கும்போது பெருமையாக இருக்கிறது. 'உன் குழந்தைப் பருவநினைவுகளைச்சுமந்து கொண்டிருந்தால், நீ என்றும்

மூப்படைய மாட்டாய்' என்று அறிஞர் டாம் ஸ்டாப்பர்டு கூறியது எவ்வளவு சரியானது என்பதை உணரமுடிகிறது.

'குழந்தைகள் உன்மூலமாக உலகுக்கு வந்தவர்கள்; அவர்களின்மேல் ஆதிக்கம் செலுத்த உனக்கு உரிமையில்லை' என்ற கலீல் கிப்ரானின் வரிகளை எத்தனை பேர் உள்வாங்கி இருக்கிறார்கள். 'உள்ளம் எதிர்பார்த்த ஓவியமே என்மடியில், பிள்ளையாய் வந்து பிறந்த பெரும்பேறே' என்று பாவேந்தர் ஆண்பிள்ளை தாலாட்டில் பாடுவார். ஆனால் நாம் நம் உள்ளம் என்னவெல்லாம் விரும்புகிறதோ அதை யெல்லாம் பிள்ளைமேல் திணிப்பதை உரிமையாக நினைக்கிறோம். குழந்தையின் மனம், திறன், அவா முதலியனவற்றைக் கணக்கில் எடுத்துக்கொண்டால் மருத்துவப் படிப்புக்கு இவ்வளவு கூட்டம் வராது. சில நாட்களுக்கு முன்பு ஜைன மதச் சம்பிரதாயமான உண்ணா நிலையை மேற்கொள்ளும்படி 13 வயதான, 8-ஆம் வகுப்புப் படிக்கும் ஆராதனா என்ற சிறுமி வற்புறுத்தப்பட்டாள். 41 நாட்கள் பட்டினி கிடந்து உயிரைத் துறந்தாள் அந்தச் சின்னப் பூ. மத நம்பிக்கைகளைச் சிறுவர்கள்மேல் திணிப்பது எவ்வகையில் சரியாகும்?

'தம்மின் தம்மக்கள் அறிவுடைமை' என்று வள்ளுவர் கூறுவார். இன்றைய தலைமுறையின் அறிதிறன் மிகமிக மிகுதி. கற்பனைத் திறனும் மிகுதி. அவர்களிடம் இருந்து நாம் நிறையக் கற்றுக்கொள்ள வேண்டும். என்னுடைய பேத்திகளுடன் அதிகக் காலம் உடனிருந்ததால் தான் என்னால் சிறுவருக்கான கதைகளைப் படைக்க முடிந்தது. அவர்கள் தூய்மையான நிலைக்கண்ணாடி போன்றவர்கள். நாம் எப்படிக் காட்சி அளிக்கிறோமோ அப்படியே அதைப் பிரதிபலிப்பார்கள்.

நான் சிறுவனாக இருந்தபோது (மன்னிக்கவேண்டும்... ஆரம்பிச் சுட்டார்யா சொந்தக் கதையை என்று திட்டக் கூடாது. பட்டறிவுதானே நிறையப் பாடங்களைக் கற்றுக் கொடுக்கிறது.) என் அம்மா சொல்வார்கள். எல்லோரையும் அதாவது ஒரு வயதுக் குழந்தையாக இருந்தாலும் சரி மரியாதையாக் கூப்பிடணும்டா என்று. குழந்தை களை மரியாதையாகக் கூப்பிடுங்கள். நம் எதிரொலியாக அவர்களும் எல்லோரையும் அப்படியே அழைத்துப் பழகுவார்கள். தினை விதைத்தால்தான் தினை அறுக்க முடியும்.

பிறரை மதிக்கவேண்டும் என்ற பண்பிருந்திருந்தால் குழந்தைகள்மேல் நடக்கும் வன்முறைகள் (பாலியல் வன்முறை உட்பட) நடந்திருக்குமா இந்தியத் திருநாட்டில்.

எல்லோரும் ஓர் நிறை என்பது மறக்கமுடியாத, மறக்கக் கூடாத மறைமொழி என்றுணர்வோம்.

3

நமக்குள் உறங்கும் விலங்கு

'எனக்குள்ள ஒரு மிருகம் தூங்கிக்கிட்டு இருக்கு, எழுப்பி விட்ராதே' என்று சிலர் சொல்வதைக் கேட்டிருப்பீர்கள். மனிதனுக்குள் என்னென்ன மிருகங்களின் குணங்கள் காணப்படுகின்றன என்பதைப் பட்டுக்கோட்டையார் பெரிய பட்டியல் போட்டுப் பாடியிருப்பார். ஆனால் மனம் ஒரு குரங்கு; அது ஒன்றைவிட்டு வேறொன்றுக்கு நொடிக்குநொடி தாவிக்கொண்டே இருக்கும். அதை அடக்க வேண்டும், என்று அன்றுமுதல் ஆன்றோர்கள் கூறிவந்திருக்கிறார்கள். டார்வின் கோட்பாட்டின்படி மனித இனமே குரங்கிலிருந்துதான் தோன்றியது என்பதை மதவாதிகள் சிலர் இன்னும் ஏற்க மறுக்கிறார்கள்.

என்னதான் அது நம் பாட்டன் பூட்டன் ஈட்டனாக இருந்தாலும் எவராவது குரங்கே என்று திட்டினால் நமக்குக் கோபம் வருவதைக் கட்டுப்படுத்த முடியவில்லை. கம்பன் படைத்த சிறந்த குணச்சித்திரக் கதைப்பாத்திரம் அனுமன். சீதையை அயோத்தி வனத்தில் கண்டதை ராமனிடம் சொல்லவரும்போது 'கண்டேன் சீதையை' என்று நயம்படக் கூறியதால் சொல்லின் செல்வன் ஆனவன். ஆதிமனிதன் தான் கண்டு அஞ்சிய இடி, மழை, மின்னல், பாம்புகள், பறவைகள், விலங்குகள் பயன்தரும் மரங்கள் என அனைத்தையும் இறைவனாக எண்ணி வழிபட்டான். அதில் ராமாயணக் கதையின் தாக்கம் குரங்கினை ஆஞ்சநேயனாக, வழிபடு கடவுளாக ஆக்கியது.

மதுரை மீனாட்சி அம்மன் கோவிலினுள் சுந்தரேசுவரர் கருவறைக்கு நுழையும் வாயிலில் இடதுபக்கம் 'ஒரு தலை - இரண்டு உடல்கள்' கொண்ட குரங்குச் சிற்பத்தை (புடைப்புச் சிற்பம்) கண்டு

மெய்மறந்து, காலவெள்ளத்தில் பெயர் மறைந்துபோன அந்தக் கலைஞனை வணங்கியிருக்கிறேன். தாவும் குரங்கும், அமர்ந்த நிலையில் ஒரு குரங்கும் தோற்றமளிக்கும். அதைப் பார்த்துவிட்டு நகர்ந்தபின் வெளியே உள்ள தூணொன்றில் ஆஞ்சநேயர் சிற்பம் தெரிந்தது. 'அய்…. அய்… இங்கொரு கொரங்கு' என்று ஒரு சிறுவன் கூச்சலிட்டான். உடனே அவனுடைய அம்மா திட்டினாள், 'டேய்… ஆஞ்சநேயர்னு சொல்லுடா… கொரங்குன்னு சொன்னா சாமி கண்ணைக் குத்தீடும்' என்றார். எனக்கு ஓரே குழப்பமாகிவிட்டது. குரங்கைக் குரங்கு என்று சொல்வதில் என்ன தவறு?

குரங்குக்கு 'ராமா' எனப் பெயர்சூட்டிய காரணத்தை எந்தக் குரங்காட்டியிடம் கேட்டால் விடை கிடைக்கும் எனத் தெரியவில்லை. ஆனால் குறும்பு செய்யும் மாணவர்களைத் திட்ட ஆசிரியர்களுக்கு அந்தக் காலத்தில் குரங்கு நிறையவே கைகொடுத்திருக்கிறது. 'வாலை ஓட்ட நறுக்கிடுவேன், ஏண்டா குரங்குச் சேட்டை பண்ற…' போன்ற சொற்களை இப்போது வகுப்பறைகளில் கேட்க முடியாது. காரணம் உங்களுக்கே தெரியும். (ஆசிரியர்க்கு உயிர்மேல் ஆசை இருக்காதா?)

குரங்குச் சேட்டையைப் பற்றி,

> குரங்கு அனலில் வீழ்ந்து வெறிகொண்டு தேள்கொட்டக்
> கரஞ்செறியப் பாம்பு அலவன் கவ்வ – விரைந்துபேய்
> பற்றவே கள் ஞுண்டு பச்சை மிளகைக் கடித்தால்
> எத்தனைபார் சேட்டைக் கிடம்.'

என்று கவிகாளமேகம் பாடியிருக்கிறார். ஒரு குரங்கு தீயில் விழுந்து, வெறிபிடித்து, தேள் கொட்டப்பெற்று, பாம்பு கையில் தீண்டப்பெற்று நண்டு காலினைக் கவ்வப் பெற்று, விரைந்து பேய் (அச்சம்) பிடித்துக் கொள்ள, அது பச்சைமிளகாயையும் கடித்துக் கொண்டால், அதன் சேட்டைக்கு இடமாவன எத்தனை என்று நீயே பார்த்துக் கொள் என்பது பொருள். கற்பனையின் உச்சம் இது. ஆனால் இப்படி நடக்குமா?

'மனம் அடங்கக் கல்லார்க்கு வாய்த்தேன் பராபரமே' என்று தாயுமானவர் மனம் அடக்குவதைப்பற்றிக் கூறுவார். மனம் குரங்குபோல் அங்கும் இங்கும் அலைந்தால் மன ஒருமைப்பாடு சாத்தியமில்லை. 'குரங்கு கையில் பூமாலை' என்ற சொலவடையைக் கேட்டிருப்பீர்கள். பூவின் அழகையும் வாசனையையும் நுகரத் தெரியாமல் அதைச் சிதைப்பது குரங்கின் குணம். பயன்படும் ஒன்றை அழிப்பது, எதிர்மறையாகச் சிந்திப்பது, தன் சொந்த அறிவைப் பயன்படுத்தாமல் பயிற்றுவோன் சொல்வதற்கெல்லாம் ஆடுவது, தான் வாழும் எல்லையில் வருவோர் கைப்பொருள்களைப் பறிப்பது

எனக் குரங்கின் குணங்களை வரையறுக்கலாம். இந்தக் குணங்களைக் கொண்டவர்களைக் குரங்குமனம் கொண்டவர்கள் என்று புரிந்து கொள்ளலாம். இன்றைய நாட்டுநடப்பில் இந்திய இறையாண்மை, பொருளாதாரம், கலை இலக்கியம், சமயம், மக்கள் நலம், ஒற்றுமை, மானுடநேயம் முதலியன பூமாலையானால், அது எவரெவர் கையில் என்ன பாடுபடுகிறது என்பதை நான் சொல்லியா நீங்கள் தெரிந்து கொள்ள வேண்டும்?

ஒரு முனிவர் தன்னைக் காணவந்த சிலரோடு பேசிக்கொண்டிருந்தார். அவர் அருகே அவர் வளர்க்கும் குரங்கும் அமர்ந்திருந்தது. பேச்சுக் கிடையே அவ்வப்போது கைப்பிரம்பால் முனிவர் குரங்கை அடித்துக் கொண்டே இருந்தார். 'பாவம்... அதைப்போய் அடித்துக்கொண்டே இருக்கிறீர்களே... உங்களுக்கு இரக்கமே இல்லையா?' என வந்தவர்கள் கேட்டார்கள். முனிவரும் 'சரி... இனி அடிப்பதை நிறுத்திவிடுகிறேன்' என்றார். உரையாடல் தொடர்ந்து நடந்து கொண்டிருந்தது.

கொஞ்சநேரத்தில் அமர்ந்திருந்த குரங்கு வந்தவர்களில் ஒருவருடைய தலையை அசைத்துப் பார்த்தது. பிறகு முதுகில் அடித்தது. இன்னொரு வருடைய கையைப் பிராண்டியது. 'ஐயா, தெரியாமல் சொல்லி விட்டேன். முன்பு போலவே குரங்குக்குக் கொடுப்பதைக் கொடுத்து அடக்குங்கள்' என்றார் வந்தவர். முனிவர் சிரித்துக் கொண்டே சொன்னார், 'குரங்கோடு வாழ்க்கை என்று ஆகிவிட்டது. அதை அடித்துக் கொண்டே இருந்தால்தான் நம் கட்டுப்பாட்டில் இருக்கும். இல்லா விட்டால் அது குறும்புசெய்யத் தொடங்கிவிடும்' என்றார். இந்தக் கதை நமக்கும் பொருந்தும் அல்லவா? போராட வேண்டிய நேரத்தில் சும்மா இருந்தால் அநீதிகளின் கையில் அல்லல்பட வேண்டி நேரிடும்.

ஆனால் குரங்குகளுக்கும் தாய்மை உணர்வும் இணையைப் பிரிந்து வாழ முடியாத குணமும் உண்டு என்பதை நம் சங்க இலக்கியங்கள் அழகுமிளிரப் பதிவுசெய்திருக்கின்றன.

அவ்வையார் காட்டும் தலைவன், தன் குட்டியினால் இருகத் தழுவிக் கொள்ளப் பெற்ற பெண்குரங்குபோல், தன் துயரைக் கேட்பவர்கள் இருந்தால் எப்படி இருக்கும் என ஏங்குகிறான்.

> '......உயர்கோட்டு,
> மகவுடை மந்திபோல்
> அகனுறத் தழீஇக் கேட்குனர் பெறினோ!' (குறு. 29)

கடுங்கண்கரவீரன் என்ற புலவர் காட்டும் மந்தியின் செயல் நம் நெஞ்சை நெகிழச் செய்யும். ஆண் குரங்கு இறந்துவிட்டது. துயர்

பொறுக்கமாட்டாமல், தன் குட்டியை உறவுகளிடம் கொடுத்துப் பத்திரமாக வளர்க்கச் சொல்லிவிட்டு, மலையுச்சியேறித் தற்கொலை செய்துகொள்கிறது. பிரிவுத்துயர் மனிதனுக்கு மட்டுமா? கேட்கிறார் புலவர்.

> 'கருங்கட் தாக்கலை பெரும்பிரிது உற்றென
> கைம்மை உய்யாக் காமர் மந்தி
> கல்லா வன்பறழ் கிளைமுதல் சேர்த்தி
> ஓங்குவரை அடுக்கத்துப் பாய்ந்துயிர் செகுக்கும்...' (குறு. 69)

குட்டிக்குப் பாலூட்டும் குரங்கைப் படம்பிடிக்கிறார் பொதும்பில் கிழார். 'காட்டுப்பசு ஒன்று கன்றோடு தூங்கிக்கொண்டிருக்கிறது. ஆண் சிங்கமும் அருகே தூங்கிக்கொண்டிருக்கிறது. அச்சம் சிறிதும் இல்லாமல் தன் சுற்றத்தைக் கண்டு ஒலிசெய்தவாறு ஒரு குரங்கு பசுவிடம் சென்று தன் கைநிறையப் பால் கறந்து கொண்டுவந்து தன் குட்டிக்கு ஊட்டுகிறது. நற்றிணை (57) காட்டும் காட்சியிது,

> 'துஞ்சுபதம் பெற்ற துய்த்தலை மந்தி
> கல்லென் சுற்றம் கைகவியாக் குறுகி
> வீங்குசுரை ஞெமுங்க வாங்கி தீம்பால்
> கல்லா வன்பறழ்க் கைந்நிறை பிழியும்.'

கபிலர் சுற்றம்சூழ வாழும் குரங்குகளைக் கண்டு வியக்கிறார்,

> 'நரைமுக ஊகம் பார்ப்பொடு பனிப்ப
> படுமலை பொழிந்த சாரல்...' (குறு. 249)

என்றும்

> 'கறிவளர் அடுக்கத்து ஆங்கண் முறியருந்து
> குரங்கு ஒருங்கிருக்கும் பெருங்கல் நாடன்' (குறு. 288)

என்றும் பாடிமகிழ்கிறார்.

குரங்குகளைப் பார்த்தாவது மனிதனுக்குப் பாசமும் நேசமும் வளரட்டுமே என்று நம் சங்கப் பாவலர்கள் படைத்த பா ஓவியங்கள் நமக்கு நல்ல வழிகாட்டிகள். அண்மையில் இறந்த தன் குட்டியைப் பத்து நாட்களுக்கு மேலாகச் சுமந்துகொண்டே அலைந்த குரங்கொன்றைச் செய்தித் தாள்கள் பதிவு செய்திருக்கின்றன.

நம் பாவேந்தன் பாரதிதாசன் நகைச்சுவை பொங்க ஒரு காட்சியைப் படைக்கிறார்.

மரக் கிளையில் தொங்குகிறது ஒரு பாம்பு. அதை விழுது என நினைத்த குரங்கு ஒன்று அதைப் பிடித்து மேலே ஏறுகிறது... பாம்பு என்று தெரிந்தபின் விளக்கினைத் தொட்ட பிள்ளை வலிதாளாமல் குதிப்பதுபோல் கிளைக்குக் கிளைதாவிச் சென்று உச்சிக்குப் போய் விழுதுகள் எல்லாம் பாம்புகளோ என எண்ணுகிறது. தன் வால்கூடப் பாம்புதானோ என மருண்டு நோக்குகிறது.

'கிளையினிற் பாம்பு தொங்க
விழுதென்று குரங்கு தொட்டு
விளக்கினைத் தொட்ட பிள்ளை
வெடுக்கெனக் குதித்த தைப்போல்
கிளைதொறும் குதித்துத் தாவிக்
கீழுள்ள விழுதை யெல்லாம்
ஒளிப்பாம்பாய் எண்ணி எண்ணி
உச்சிபோய்த் தன்வால் பார்க்கும்'

அப்பத்தைப் பங்கு போடுவதில் ஊழல் செய்த குரங்குக் கதையைக் கேட்டிருக்கிறோம். தன் இதயத்தைப் பிடுங்கித் தின்ன எண்ணிய முதலையிடம் திறமையாகப் பொய்பேசித் தப்பித்த குரங்குக் கதையையும் படித்திருக்கிறோம். வகைவகையான குரங்குகளை வாழ்நாளில் நாம் பார்த்துக்கொண்டுதான் இருக்கிறோம். பழமுதிர் சோலையில் பழங்கள் கொண்டுபோகும் பையைப் பறிக்கும் குரங்குகள்போல் நம் சொத்தையெல்லாம் பறிக்கக் காத்திருக்கும் நம்மவர்களை எப்படி அடக்கப் போகிறோம்? கொஞ்சம் சிந்திக்கலாமே!

4

மனையாளும் தெய்வமன்றோ!

பெண்களைக் கடவுளாக எண்ணிப் போற்றும் நாடு நம் நாடு என்று சொல்வது பெருமையாகத்தான் இருக்கிறது. ஆனால் எல்லோருக்கும் கேலிப் பொருளாக, உடைமைப் பொருளாக, கூலிகேட்காத பணிப்பெண்ணாக, கணவன் கல்லோ புல்லோ எதுவானாலும் மதித்து வணங்கிப் பொறுத்துப் போகும் தியாகவிளக்காக இன்றைக்கும் பெண்மை படும்பாடு சொல்லிமாளாது.

காட்டுவேலைக்குப் போகும் கண்ணம்மாவானாலும் சரி, காவல் துறைத் துணைக் கண்காணிப்பாளராக இருந்த விஷ்ணுப்பிரியாவாக இருந்தாலும் சரி, பெண்தானே என்ற ஏளனப் பார்வை மறையவே இல்லையே! அச்சு ஊடகங்களில் வரும் நான்காம் தர நகைச்சுவைத் துணுக்குகளுக்கும், காட்சி ஊடகங்களில் வரும் கலக்கல், அசத்தல் சிரிப்பு நிகழ்ச்சிகளுக்கும், பாங்குற ஏறும் பட்டிமன்றப் பேச்சாளர் களின் அசட்டுத் துணுக்குகளுக்கும் கருப்பொருளாக இருந்து அவர்களை வாழ வைப்பதும் பெண் தானே!

'தற்காத்துத் தற்கொண்டாற் பேணித் தகைசான்ற சொற்காத்தால் தான் பெண்' என்று வள்ளுவரே சொல்லிவிட்டாரே என்று நினைப்பவர்கள் அவர் சொன்ன வாழ்க்கைத் துணைநலம் அதிகாரத்தை வசதியாக மறந்துவிடுகிறார்கள். 'பேதைமை என்பது மாதர்க்கு அணிகலம்' என்ற கொன்றைவேந்தனும், 'பெண்ணுக்கு அணிகலம் நாணுடைமை' என்ற திரிகடுகமும், 'கொண்டான் வழியொழுகும் பெண்' என்ற

| 27 |

சிறுபஞ்சமூலமும் காலாவதியாகிவிட்டதை இன்னும் உணராதவர்கள் இருக்கிறார்களே!

தமிழ்த்தென்றல், தமிழ்ப்பெரியார், தமிழ்முனிவர், முதன்முதல் இந்தியாவில் முதன்முதல் தொழிலாளர் இயக்கம் கண்ட தோன்றல் என்றெல்லாம் போற்றப்படும் திரு.வி.க. அவர்கள், தன் 'பெண்ணின் பெருமை அல்லது வாழ்க்கைத் துணை' என்ற நூலில் பெண்ணின் பெருமைகளைப் போற்றிப் பரவியிருக்கிறார். அதைப் படித்த கையோடு த. மு. எ. க. ச. வின் மாநிலத் தலைவர் ச. தமிழ்ச்செல்வன் எழுதிய 'பெண்மை என்றொரு கற்பிதம்' நூலையும் படித்தேன். 1927-ஆம் ஆண்டில் நிலவிய சிந்தனைக்கும் 2010ல் வளர்ந்த சிந்தனைக்கும் உள்ள இடைவெளி என்னை வியக்க வைத்தது.

எப்பொருள் யார்யார்வாய்க் கேட்பினும், எத்தன்மைத்தாயினும் மெய்ப்பொருள் காண்பது நம் அறிவையும் பக்குவம் அடைந்த பட்டறிவையும் பொருத்து அமையும். உலகில் புல் முதல் மக்கள்வரை எல்லாம் ஆண் பெண் வடிவாகவே இருக்கிறது என்பார் திரு.வி.க. இறைநம்பிக்கையுடையவராதலால் 'இறைவனே ஆண் பெண் சேர்ந்த மாதொருபாகன் வடிவம்' என்கிறார். எரியும் தீச்சுடரின் கீழே தெரியும் சிவப்பு ஆணையும், மேல்நோக்கி எரியும் நீலச்சுடர் பெண்ணையும் குறிக்கிறது: குளிர்ச்சியானவள் பெண் - வெம்மை யானவன் ஆண் என்றவர் தொடர்ந்து பெண்மையைப் போற்றிப் பரவுகிறார்.

பெண் முதன்மையானவள். அடக்கம், பொறுமை, தியாகம், பரநலம், இரக்கம், அழகு, ஒப்புரவு, தொண்டு முதலியன அமைந்த ஒன்று பெண்மை. பெண்மை என்றாலே அழகு என்று பொருள். அழகுக் கடவுள் பெண்; அவள் பிறவி நோக்கமே ஆக்கமும் அழிவும் தான்; தாய்மைத் தொண்டு புரியும் தியாகத்துக்குச் சொந்தக்காரர்கள் பெண்கள்; ஆணில் பெண்மை உடையரே குணம்மிக்க ஆண்கள் என்றெல்லாம் காதலாகிக் கசிந்து பெண்மையைப் பாராட்டுகிறார். எனக்கு உடனே, 'மண்ணுக்குள் எவ்வுயிரும் தெய்வம் என்றால், மனையாளும் தெய்வமன்றோ? மதிகெட்டீரே!' என்ற பாரதியின் எச்சரிக்கை நினைவுக்கு வந்தது.

எல்லா உயிர்களிலும் இருக்கிறான் இறைவன் என்று கூறுபவர்கள் ஏன் பெண்மையை இழிவுபடுத்துகிறார்கள்? பெண்களைப் பார்த்தாலே தீட்டு எனச் சில சாமிகள் அஞ்சுகின்றனவே? சில சாமிகள் சேரிக்குள்வர அஞ்சுகின்றனவே, ஏன்? இது சாமி செய்த சதியா? இல்லை ஆசாமிகள் செய்த சதியா?

பெண்ணுரிமையைப் பற்றிப் பேசும்போது திரு. வி.க. கூறுவது என்றைக்கும் பொருந்துவதாக உள்ளது. நாட்டின் சிறுமைக்குக் காரணங்கள் 1.பெண்ணுரிமை தடிந்தது (அதாவது மறுக்கப்பட்டது), 2.பிறப்பால் வகுப்பு வகுத்தது. 3.மக்களுள் தீண்டாமை.

'பெண்ணடிமை தீருமட்டும் பேசும் திருநாட்டின், மண்ணடிமை தீர்ந்து வருதல் முயற்கொம்பே' என்று பாவேந்தர் பாடுவது நினைவுக்கு வருகிறது. பெண்களைப் பற்றிப் பாடும்போது பட்டுக்கோட்டை கல்யாணசுந்தரம், தன் புது உலக மன்னர்கள் (படம்: ஒன்றுபட்டால் உண்டு வாழ்வு) என்ற பாடலில், 'அவரவர் மனைவிகளே அவர்களுக்கு மந்திரிகள்/அன்புகொண்டு குடியரசு புரிந்திடணும், ஆவதெல்லாம் பொதுவாய்த்தான் நடந்திடணும்.' என்று மனைவியரைப் போற்றிப் பாடியிருப்பார்.

பெண்ணுரிமையைப் பற்றிப் பேசவந்தாலும், பெண்ணுக்குச் சில கட்டுப்பாடுகள் வேண்டும் எனத் திரு.வி.க. கூறுவார். ஆனால், 'ஆண் பெண் தோற்றம் தற்செயலானது. பெண்ணுக்குமட்டும் ஏன் சில கட்டுப்பாடுகள்? பெண்ணை உடல்தாண்டி மனுஷியாகப் பார்க்க வேண்டும். பெண் தாய்மை அடைவது அவள் உரிமை. எவரும் கட்டாயப்படுத்தக் கூடாது. பெண் உண்டி சுருக்க வேண்டும் என்பது சரியா? பெண் உடலை முன்வைத்து ஊடக விளம்பரங்கள், அழகிப் போட்டிகள் என்பதெல்லாம் பெண்களைக் காட்சிப் பொருளாகச் செய்வதற்குத்தானே? 'கண்ணீரில் கரையும் காயம்பட்ட உயிர்ப் பொருளான இந்தப் பெண்மைக்கு எப்போது விடிவுகாலம்?' எனத் தமிழ்ச்செல்வன் கேட்கிறார்.

அழகுக் கடவுள் பெண் என்பார் திரு.வி.க. அழகுக்கு என்ன இலக்கணம் எனக் கேட்கிறார் தமிழ்ச்செல்வன். 'எது அழகு? சுத்தமா? மலர்ச்சியா? அறிவா? பேச்சா? சிந்தனையா? சமூக அக்கறையா?' தாய்மை, பெண்மை, மென்மை இவையெல்லாம் யாரு வச்சமை எனக் கேட்கும் ச.தமிழ்ச்செல்வனுக்குக் கற்பு என்பதே ஒரு திணிக்கப்பட்ட கோட்பாடாகத் தெரிகிறது. 'கற்புநிலை என்று சொல்லவந்தால் இரு கட்சிக்கும் அதைப் பொதுவில் வைப்பாம்' எனப் பாரதி கருத்துரைப்பான்.

'கற்பு என்பது அழிவில்லாதது; உறுதியுடையது என்கின்ற பொருள்களில் கூறப்படுகின்றது. அழிவில்லாதது என்ற சொல்லுக்குப் பொருள் பார்க்கும்போது இந்த இடத்தில் தூய்மை அதாவது கெடாதது, மாசற்றது என்பதாகத்தான் கொள்ளலாம். இந்தத் தூய்மை என்கின்ற வார்த்தையும் கெடாதது என்கிற கருத்தில்தான் ஆங்கிலத்திலும் காணப்படுகிறது. அதாவது சேஸ்டிடி என்கின்ற ஆங்கில வார்த்தைப் படி வர்ஜினிடி என்பதே பொருள் ஆகும். அதை அந்தப் பொருளின்படி

பார்த்தால் இது ஆணுக்கென்றோ பெண்ணுக்கென்றோ சொல்லாமல் பொதுவாக மனித சமூகத்துக்குச் சொல்லப்பட்டது.' என்கிறார் பெரியார். பெண்களும் ஆண்களைப் போலவே சட்டை அணிந்துகொள்ளலாம் என்று பரிந்துரை செய்தவர் பெரியார். 'பெண் தன் வசதிக்கேற்ப ஆடை அணிந்துகொள்வதில் என்ன தவறு? வரலாற்றில் ஜோன் ஆஃப் ஆர்க்கும், நம் மண்ணில் வெள்ளையம்மாவும் போர்க்களத்துக்காக ஆணுடை அணியவில்லையா? பெண்மை மென்மையா? உப்புமூட்டை சுமந்த உமணப்பெண்களைச் சங்கப் பாடல்கள் பாடியிருக்கின்றன. சாலைப் பணிகள், கட்டிடப் பணிகள், உழவுப்பணிகள் முதலியனவற்றைச் செய்யும் பெண்கள் பலசாலிகள் இல்லையா? பெண் தான் நினைத்தாலும் மீறமுடியாத கட்டுக்குள் அடைபட்டுக் கிடக்கிறாள். அம்மாவைப் பாச வடிவமைப்பாகச் சித்தரிப்பதே ஓர் ஆதிக்கம்தான்.' எனப் புதிய கோணத்தில் சிந்திக்கிறார் ச.த.

திருமணம் என்பது மனம் ஒத்த ஆணும் பெண்ணும் வாழ்வில் இணையும் நிகழ்வு என்பதை இருவரும் ஒத்துக்கொள்கிறார்கள். 'சில கட்டுப்பாடுகளை நெறிமுறைகளாகத் திரு.வி.க. வகுத்து உரைக்கிறார். ஆனால் இன்றைய நடப்பு வாழ்வில்,

'என் பருவகாலக் கனவுகளுக்குத் தடையாய்
கழுத்தில் மூன்று முடிச்சு'

எனக் கவி திலகபாமா கூறுவதுபோல் தாலி பல பெண்களின் கனவுகளுக்குச் சுருக்குக் கயிறாக மாறிவிடுகிறது. தன் உரிமைகளை எல்லாம் இழந்து நிற்கும் நிலையைக் கவி கனிமொழி,

'எனக்கென்று சரித்திரம் இல்லை
நீங்கள் கற்றுத் தந்ததே நான்
வார்த்துத் தந்ததே நிஜம்
எனக்கென்று கண்களோ
செவிகளோ கால்களோ இல்லை
அவ்வப்போது நீ இரவலாய்த்
தருவதைத் தவிர.'

எனக் குமுறும் நிலை இன்னும் மாறவில்லையே!

'ஆணின் துணைக்கிரகமாகப் பெண் வற்புறுத்தப்படுகிறாளே! ஹீமோகுளோபின் குறைவால் ஏற்படும் மாற்றத்துக்குப் பசலை படர்ந்தது எனப் பெயர்வைத்தோம். தன் உணர்வுகளை வெளிப்படுத்த அனுமதிக்காதது மனித உரிமை மறுப்பு இல்லையா?' எனக் கேள்விக் கணை தொடுக்கிறார் ச.த.

புதுமைப் பெண்களின் எழுச்சி போற்றும்படி இருந்தாலும், பெண்மையைச் சீரழிக்கும் நிகழ்வுகள் தொடர்ந்து நடந்துகொண்டு வருவதை எண்ணினால், எங்கே நாம் மீண்டும் இலையாடை காலத்துக்குப் போய்க்கொண்டிருக்கிறோமோ என்று எண்ணத் தோன்றுகிறது. பால்வேறுபாடு இல்லாமல் பழகும் பண்பை நம் கல்விமுறை ஊட்டத் தவறிவிட்டதா? ஒருதலைக் காதல் என்று சொல்லித் தன்னை விரும்பாத பெண்ணின்மேல் அமிலவீச்சு, கொலை என வன்முறையை வளர்த்தெடுக்கும் இளைஞர்களை எப்படித் திருத்தப் போகிறோம்? இப்படி மனம் வக்கிரமாகிப்போன தலைமுறையை வளர்த்தெடுப்பதில் சமூகத்தின் பங்கே இல்லையா? சட்டங்களுக்கு வலுவே இல்லையா?

தன்னை விரும்பாத பெண்ணைக் காதலிக்க வைப்பதாக நண்பர்களிடம் சவால்விட்டுத் தொடர்ந்து தொல்லை கொடுப்பதே கதைநாயகனின் தலையாய பணி என்பதைச் சூத்திரமாகக் கொண்டு தமிழ்த் திரையுலகம் இன்னும் எத்தனை நாளைக்கு எத்தனை படங்கள் எடுக்கப் போகிறார்கள்? திரைப்படம் என்ற பெயரில் நிகழ்த்தப்படும் கருத்து வன்முறை இல்லையா இது? விழித்துக்கொண்டோரெல்லாம் பிழைத்துக்கொள்ளலாம். இல்லை குறட்டை விட்டோர்கள் வாழ்வையே இழப்பார்கள்.

5

உரையாடு நெஞ்சில் உணர்வோடு...

'ஏன் தாத்தா... இந்தப் பூச்சிங்க எங்கிருந்து வருது... வெளக்குக்கு உள்ளிருந்தா...?'

மாலை ஏழு மணியளவில் இடும்பமலை அடிவாரச் சாலையில் பேத்தி தென்றலுடன் வாகனத்தில் வந்துகொண்டிருந்தபோது அவள் கேட்ட வினா இது.

'இல்லம்மா... வெளியில பறந்துட்டிருக்கிற பூச்சிங்க வண்டி வெளிச்சத்தைப் பார்த்த உடனே நேரா வருதுங்க'

'பூச்சிங்க வெளிச்சத்தைப் பாத்து வருதா... இல்ல... வெளிச்சம் பூச்சிங்களப் பாத்துப் போகுதா?'- என அவள் கேட்டவுடன் திகைத்துப் போய் விட்டேன். இந்தக் குழந்தை மனதில் தோன்றியதைக் கேட்பதில் ஒரு கவித்துவம் தெரிகிறதே என வியந்தேன்.

> 'தீயைத் தின்னவந்தது விட்டில்
> விட்டிலைத் தின்று
> சிவந்து சிரித்தது தீ'

என்று இந்நேரம் நீங்கள் ஒரு கவிதையை எழுதியிருக்கக்கூடும்.

நம்முள் எத்தனைபேர் குழந்தைகளுடன் மனம்திறந்து உரையாடுகிறோம். அவர்கள் கேட்கும் அனைத்துக் கேள்விகளுக்கும் நம்மால் விடைசொல்ல முடியுமா? (என் பள்ளிப் பருவத்தில் என் ஆசிரியர் வகுப்பில் என்னிடம் கேள்வி கேட்கவே தயங்குவார். என்ன

கேட்டாலும் சரியான விடை வராது என்பது அவருக்குத் தெரியும்.)
காலமெனும் வண்ணஒளியத்தில் நாளுக்குநாள் வாழ்வியல் பண்புகள்
நிறமிழந்துகொண்டே வருகின்றனவே. குழந்தைகளுடன் தொடர்ந்து
உரையாடிப் பாருங்கள். அப்போதுதான் நம் அரைகுறை அறிவின் தரம்
புரியும். (இதற்காகத்தான் சில ஆசிரியர்கள் மாணவர்களைப்
பள்ளியில், வகுப்பறையில் பேசுவதை அனுமதிக்கமாட்டார்கள்.
'படிக்கறத விட்டுட்டு என்னடா பேச்சு வேண்டிக்கிடக்கு' என்று திட்டு
வாங்காதவர்கள் பேறு பெற்றவர்கள்.)

உரையாடல் ஒரு கலையயல்லவா? கிராமங்களில் ஊர் நடுவே அமைந்த
ஆலமரத் திட்டுகளும், வீட்டுத் திண்ணைகளும், கண்மாய்க்கரை
நாவல் மரத்தடிகளும், எத்தனை மாந்தர்களின் உரையாடல்களை,
சுண்டியிழுக்கும் சொலவடைகளை, வாழ்வில் அவர்கள் பட்ட இன்ப
துன்பங்களைக் கேட்டு மகிழ்ந்திருக்கும்? எங்கள் கிராமத்தில்
குழந்தான் என்ற பெரியவர் வீடுவீடாகச் சென்று நாட்டுப்புறக்
கதைகளைப் பாடிக்கொண்டிருப்பார்.

'மொய்குழலாள் நெற்றிதனில் மூன்றாம் பிறைபோல, நெற்றியில்
சுட்டியிலே ஒரு நீலரத்தினம் பூத்திருக்கும்' என ஒருவீட்டில் அல்லி
அரசாணி மாலையில் அல்லியின் அழகைப் பாடிக்கொண்டிருப்பார்.
'குதிரைமேல் ஏறிக் கூராயுதம் தரித்து / சேனை தளத்துடனே
சிறப்பாகவே சென்று' என்று மதுரைவீரன் படையுடன் செல்லும்
காட்சியை இன்னொரு வீட்டில் பாடிக்கொண்டிருப்பார். வீடுகளில்
இருக்கும் முதியவர்கள் மதுரை வீரனுடனும், கட்டபொம்மனுடனும்,
கள்ளழகருடனும், அல்லியுடனும், நல்லதங்காளுடனும் உரையாடு
வதற்குத் துணையான ஓர் ஊடகமாகக் குழந்தான் இருப்பார்.

நாட்டுப்புறப் பாட்டான எசப்பாட்டு உரையாடல் வடிவம்தானே!
அம்மானைக் காய்களை வீசி விளையாடும்போது பாடும்
அம்மானையில் தெரிக்கும் அங்கதச்சுவைக்கு ஈடு இணை இல்லையே!
மூன்று பெண்கள் சேர்ந்துகூடிப் புதிர்போட்டு விளையாடும்போது
ஊற்றெடுக்கும் உரையாடலைக் குமரகுருபரரின் மதுரைக்
கலம்பகத்தில் பார்க்கலாமே! நெஞ்சை அள்ளும் சிலப்பதிகாரத்தில்
வாழ்த்துக்காதையில் அம்மானை வரிகளைக் காணலாம். இரண்டு
பெண்கள் சேர்ந்து கைகொட்டிச் சிரித்துக்கொண்டு பேசுவதாக
அமைந்த இலக்கிய வடிவம் 'சாழல்' எனப்படும். மாணிக்கவாசகரின்
'திருச்சாழல்', திருமங்கையாழ்வாரின் பெரிய திருமொழியில்
காணப்படும் சாழல் பாடல்கள் உரையாடல் வடிவத்தில் இருந்து நம்
உள்ளத்தைக் கொள்ளைகொள்வதை உணரலாமே! மணிமேகலைக்
காப்பியத்தில் அறவண அடிகள் மணிமேகலைக்குத் தத்துவங்களை
விளக்குவது உரையாடலின் உன்னத வடிவம் அல்லவா?

'எல்லே இளங்கிளியே இன்னம் உறங்குதியோ' என ஒருபெண் கேட்க, இதோ வந்துவிட்டேன் சும்மா சத்தம் போடாதீர்கள் எனத் தூங்கிக்கொண்டிருக்கும் பெண் விடைசொல்ல... திருப்பாவையே தேன்சொட்டும் உரையாடல் வடிவத்தில் அல்லவா உறைந்திருக்கிறது. கலித்தொகைப் பாக்களில் காணப்படும் உரைவடிவம் நம் உயிரிலும் உணர்விலும் ஒன்றுகலக்கவில்லையா?

உரையாடல்கள் மூலமே நகரும் சிறுகதைகள் ஓர் ஒளிப்பாய்ச்சலாக நமக்குள் ஊடுருவும். பக்கம் பக்கமாகக் காதல்சுவை சொட்டச் சொட்ட எழுதும் சாண்டில்யனோடு கொஞ்சம் முரண்பட்டாலும், தன் பேச்சுத் திறத்தால் பகைவரையும் மயக்கித் தடுமாறவைக்கும் இளைய பல்லவனை நம்மால் மறக்கமுடிவதில்லை. அதுபோல, சீசரைக் கொன்ற புரூட்டசையும் மற்ற மன்ற உறுப்பினர்களையும் புகழ்வது போல் பேசி அவர்களுடைய முகத்திரையை கிழித்த (மூன்றுமுறை மணிமுடியைச் சூட்டவந்தபோது மறுத்தவன் சீசர் என்பது உங்களுக்குத் தெரியும்.   ஆனால் இந்தப் பெரிய மனிதர்கள் சொல்கிறார்கள்   சீசர்   பதவியாசை   பிடித்தவன்   என்று...) ஷேக்ஸ்பியரின் அந்தோணியின் உரைவீச்சு நம் உள்ளத்தில் பதிந்து விட்டிருக்கிறது. சாக்ரட்டீஸ் மக்களுடன் உரையாடுவது மூலமே தத்துவங்களை விளக்கினார்.

அறிவியல் வளர்ச்சியால் மலர்ந்த மின் அணுத் தொழில்நுட்பம் மனிதர்களின் பழக்கவழக்கங்களை, பண்பாட்டை, நாகரிகத்தைப் புரட்டிப் போட்டிருக்கிறது. குடும்பத்தில் ஒருவருக்கொருவர் உரையாடுவது என்பது அரிதாகிப் போனது. வீட்டைவிட்டுப்போய் விடுதியில் தங்கிப் படிக்கும் இளைஞர்கள், பெற்றோருக்கு நேரில் உரையாடுவதுபோலக் கடிதங்கள் எழுதுவதும், அஞ்சல் ஊழியர் வருகைக்காக அனைவரும் காத்திருப்பதும் கனவாகப்போய்விட்டது. வேலைக்குச் செல்லும் கணவன் மனைவியரில் எத்தனைபேர் நாள்தோறும் மனம்விட்டுப் பேசிக்கொள்கிறார்கள்? நாளெல்லாம் பணிபுரிந்த அலுப்பைப் போக்கத் தொலைக்காட்சியை நாடுவோர், தன் வாழ்க்கைத் துணையுடன் தன் பட்டறிவைப் பகிர்ந்துகொள்ள நினைப்பதில்லையே! எத்தனை மகன்/மகள்கள் பெற்றோருடன் மனம்விட்டுப் பேசி மகிழ்கிறார்கள்? உரையாடல்கள் குறைந்த வீட்டில் உண்மையான அன்பும் பாசமும் ஒழிந்து போயிருக்கும். உரையாடல்கள் மனக்கோட்டத்தைத் தீர்க்கும் மாமருந்து. உள்ளங்களை ஒன்றிணைக்கும் உணர்வுக் கண்ணி. இந்தக் கண்ணி வலுவிழப்பதால் தான் மணவிலக்குகள் இந்தக் காலத்தில் மிகுதியாகிக் கொண்டிருக்கிறது.

தவறான உரையாடல்களால் இல்வாழ்க்கை தடுமாறிப் போவதும் உண்டு. என் நண்பர் ஒருவரின் வீட்டில் நடந்த நிகழ்வைச் சொல்கிறேன். கணவன் மனைவியர்க்கு இடையே சிறு மனக்கசப்புப் போலும். 'கோபிச்சுக்காதம்மா... விவரத்தைச் சொல்லு. ஏன் தேவை யில்லாம மொகத்தைத் தூக்கிவச்சுக்கற' என்று கூறிய கணவனுக்கு எதிராக எசப்பாட்டுப் பாடினார் மனைவி, 'ஏன் நல்ல மொகமாப் பாத்துக் கட்டிருக்க வேண்டியதுதான்' என்று!

கானல் வரியால் பிரிந்த கோவலனும் மாதவியும் என் நினைவுக்கு வந்தார்கள். இதில் என்ன புதுமை இருக்கிறது/ எல்லோருடைய வீட்டிலும் நடப்பதுதானே என்று கேட்கலாம் நீங்கள். ஆனால் இந்த உரையாடலை நிகழ்த்திய இணையர்க்கு வயது அறுபதுக்குமேல்! இனிமேல் அவர் நல்ல முகமாகப் பார்த்துத் திருமணம் செய்ய முடியுமா? அந்தக் காலத்தில் மாதவி யாழ்வழிப் பேசினாள். இன்று காதலர்கள் செல்பேசி வழியாகப் பேசுகிறார்கள். பிறந்தநாள் வாழ்த்துச் சொல்ல மறந்தால்கூடக் காதலில் குறைகாணும் காட்சிகள் அரங்கேறும். ஒத்த மன அலைவரிசையில் உரையாடல் இருந்தால் காதலும் கனிந்திருக்கும்.

உரையாடல் திறனைச் சோதிப்பதற்காகத்தான் நிறுவனங்கள் வேலைக்கு ஆளெடுக்கும்போது குழு விவாதத் திறன் சோதனையை நடத்துகிறார்கள். இரு நாடுகளுக்கு இடையே ஏற்படும் சிக்கல்களைத் தீர்ப்பதற்கும் 'கலந்து பேசுவதே' சிறந்தவழி. உரையாடல் செழுமை யாக இருக்கவேண்டும் என்று பாகிஸ்தான் நினைத்தால் நல்லுறவு என்றும் நிலைத்திருக்குமே! தமிழக மீனவர்களைத் துன்புறுத்தியும் கைதுசெய்தும் கொன்றும் அடாவடிச் செயல் செய்கின்ற இலங்கையுடன் நல்ல உரையாடல் நடத்த இந்திய அரசு முன்வர வில்லையே! இனப்படுகொலையால் தமிழினத்தை ஒழிக்க முனைந்த இலங்கை அரசுடன் 'பேச்சுவார்த்தை' நடத்தச் சென்றவர்கள் என்ன பேசியிருப்பார்கள்? (நீங்கள் போர்த்திய சால்வை அருமை என்றா? கொடுத்த விருந்து மிக மிக அருமை என்றா?) இந்திய மீனவர்களை இலங்கை தொடர்ந்து தாக்கிக்கொண்டிருக்கிறது. நம் குடிமக்கள்மேல் அண்டைநாடு போர்தொடுத்துக் கொண்டிருக்கிறது. இதைச் சரி செய்ய மைய அரசு என்ன நடவடிக்கை எடுத்தது என்று ஒவ்வொரு தமிழ் மீனவனும் கேள்விக்கணை தொடுத்துக் கொண்டிருக்கிறான்.

பயணங்களில்... பேருந்து, தொடர்வண்டிப் பயணங்களில் புதிய புதிய மனிதர்கள் அறிமுகம் ஆவார்கள் என்பது பழைய கதை. பக்கத்தில் அமர்ந்திருப்பவரைப் பற்றிக் கவலைப்படாமல் செல்பேசியில் இருந்து காதுகளுக்குக் கொடுத்த இணைப்பின்வழி பாட்டோ

எதையோ கேட்டுக் கொண்டே பயணம் செய்வோர்கள் மிகுந்து விட்டார்கள். (அத்தகையோரைப் பார்த்தால் மருத்துவமனையில் அவசரச் சிகிச்சைப் பிரிவில் படுத்திருப்போர் என் நினைவுக்கு வருவதைத் தடுக்க முடியவில்லை.) ஆனால் கிராமத்தில் இருந்து வருவோர் புதிய மனிதர்களோடு கலகலவெனப் பேசத் தொடங்கி விடுவார்கள். கல்லாதவர்களே நல்லவர்கள் என்று சொன்ன தாயுமானவர்தான் நினைவுக்கு வருகிறார். புதிதாக ஒரு நபரை நம்பிப் பேசக்கூட அச்சமாக இருக்கிறது என்று சொல்லும் அளவுக்கு இந்தச் சமூகம் கெட்டுக் கிடக்கிறது. மக்களோடு உரையாடித்தான் நாம் விழிப்புணர்வை ஊட்ட வேண்டியிருக்கிறது.

'உள்ளூர்ல ஒழுங்கா பேசத் தெரியாதவன், ஊருராப் போய்ப் பீத்திக்கிட்டு இருப்பானாம்' என்ற சொலவடை எங்கள் வட்டாரத்தில் உண்டு. அண்மையில் ஐநூறையும் ஆயிரத்தையும் செல்லாக் காசாக்கி விட்ட நம் தலைமை அமைச்சர், எண்ணித் துணியாமல் செய்த செயலால் ஒவ்வொரு குடிமகனும் படாதபாடு பட்டுக்கொண்டிருக்கிறான். இந்தப் பிரச்னையைப் பாராளுமன்றத்தில் விவாதம் செய்து விடையளிக்க வேண்டும் என்று எல்லா எதிர்க்கட்சிகளும் சேர்ந்து கோரிக்கை வைத்தாலும், விடை தர இயலாத அல்லது விடை தர விரும்பாத தலைமை அமைச்சர் நாளொரு பொய்யாகப் பேசிவருகிறார். 'நாநலம் என்னும் நலனுடைமை' என்று வள்ளுவர் கூறுவார். நாநலம் இருந்தால் உரையாடலைக் கண்டு அஞ்சவேண்டியதில்லையே!

பலசொல்லக் காமுறுவர் மன்றமா சற்ற
சிலசொல்லல் தேற்றா தவர்

என்ற குறள் இவரைப்பார்த்துத்தான் எழுதப்பட்டதோ. உரையாடல் களைத் தொடர்வோம்.

காலை எழுந்தவுடன் வீட்டுக் கொல்லைப் புறத்தைப் பாருங்கள். ஒரு குயில் அல்லது காக்கை ஒலியெழுப்பத் தொடங்கினால் அதற்கு விடையாக மற்ற குயில்/காக்கை ஒலியெழுப்பத் தொடங்கிவிடும். ஓர் அணில் கீச்சிடத் தொடங்கினால் மற்ற அணில்களும் தொடர்ந்து பேசத் தொடங்கிவிடும்! ஐயறிவு கொண்டவையே அப்படி என்றால் ஆறறிவு கொண்ட நாம் ஏன் இன்னும் உணர்வோடு பிறக்கும் உரையாடலுக்கு அணைபோடுகிறோம்?

6

படிக்க வேண்டும் புதிய பாடம்!

பொறுத்துப் பொறுத்துப் பார்த்தபின் பொங்கி எழுந்துவிட்டது தமிழகம். முதியவர்களை நம்பிப் பயனில்லை என்று முடிவுகட்டி விட்டு, முகநூல் வழியாகவே இணைந்த இளைஞர் கூட்டம் தமிழகத்தையே உலுக்கிவிட்டனர். உலகமே திரும்பிப் பார்த்தது, 'ஓ! இவர்கள்தான் தமிழ் இளைஞர்களா!' என்று. நம் பாரம்பரிய அடையாளத்தைப் பறிக்க நினைக்கும் பாதகர்களைக் கண்டு பயம் கொள்ளாமல், மோதிட முனைந்தவர்களுக்கு வாழ்த்துக்கள்.

'இவர்களா! யமகாவிலும் பல்சரிலும் மூன்று மூன்று பேராக அமர்ந்து கொண்டு, சாலைவிதிகளை மதிக்காமல் 90 கி.மீ. வேகத்தில் வாகனத்தை விரட்டிக்கொண்டு, சாலையில் செல்லும் மனிதர்களை அச்சுறுத்திக்கொண்டு குறும்பு செய்யும் கூட்டம்தானே' என்று பகடி செய்தவர்களின் முன்னால், 'பூட்டிய இரும்புக் கூட்டின் கதவு திறந்து, சீறிப் புறப்பட்ட சிங்கங்கள் நாங்கள்' என்பதை மெய்ப்பித்து விட்டார்கள்.

இது போராட்டமா, இல்லை தமிழகமே ஒன்றிணைந்த கொண்டாட்டமா? வெளிநாட்டு நிறுவனங்கள் நம்மைச் சுரண்ட அனுமதிக்கலாமா, அதற்குக் காரணமான மைய மாநில அரசுகளின் பொறுப்பின்மையைப் பொறுக்கலாமா, நம் மண்ணின் மாண்பையும் அடையாளத்தையும் அழிக்க வெளிநாட்டார் செய்யும் சதிவலையை அறுக்காமல் இருக்கலாமா, நம் உயிர்த்தொழிலான உழவு அழிந்து கொண்டே போகிறதே அதைச் சகிக்கலாமா, நம்மைக் கேட்காமல் நம் நிலத்தில்

வாயுக் குழாயைப் பதிக்கிறான், நீரைச் சுரண்டுகிறான்: அவனுக்கு நாம் அடிமையாகவேண்டுமா? எனப் பல பிரச்னைகளால் அழுத்தப்பட்ட இளைய தலைமுறை எரிமலையாகச் சீறிவிட்டது.

நாங்கள் 1965ல் பங்குபெற்ற இந்தித் திணிப்பு எதிர்ப்புப் போராட்டம் நினைவுக்கு வருகிறது. 51 ஆண்டுகள் கழித்து அதைவிட எழுச்சியான போராட்டத்தை நடத்திய காளையர்களால் கட்டிக்கிடந்த காளைகளுக்கு விடுதலை கிடைத்திருக்கிறது; தட்டிக் கேட்க ஆளில்லை என்று தான்தோன்றியாக ஆட்டம்போட்ட அரசியல்வாதிகளுக்கும், அவர்களை அண்டிப் பிழைத்த ஊழல் மன்னர்களுக்கும் கடுமையான எச்சரிக்கை கொடுத்திருக்கிறது.

கன்னடக் கவி சித்தலிங்கையாவின் 'பல்லாயிரம் நதிகள்' என்ற கவிதை நினைவுக்கு வருகிறது.

> 'நேற்றைய தினம்
> என் மக்கள்? மலைகளைப்போல் நகர்ந்து வந்தனர்.
> ....
> லட்சோபலட்சம் நாகங்கள்
> புற்றுகளை விட்டு வந்தமைபோல்
> அவர்கள்
> ஊர்முழுதும் ஊர்ந்தனர்.
> பாதாளத்துக்குள்ளும் பாய்ந்தனர்.
> வானத்திற்கும் தாவினர்.
> வீதிகளிலும் சந்துபொந்துகளிலும்
> வேலிப் புதர்களின் பின்னாலும்
> எஜமானர்களின் வீடுகளிலும்
> அவர்தம் சிம்மாசனங்களிலும்
> எங்கெங்கும் என் மக்கள்
> கடல்வெள்ளமாய் நிரம்பி நின்றனர்.
> இவர்களின் வாய்கள் திறந்தவுடனே
> அவர்களின் வாய்கள் அடைத்துப் போயின.
> ....
> ....
> புரட்சிக் கடலில்
> பல்லாயிரம் நதிகள்...

(தமிழில்... கவிஞர் புவியரசு)

'எந்நேரம் பாத்தாலும் செல்லும் கையுமா... வேற வேலயே இல்லையாடா' என்று பெற்றோரிடம் நித்தம் வாழ்த்து வாங்கும்

கூட்டம் அந்த செல் வழியாகவே லட்சக் கணக்கில் கூடி, அமைதி வழிப் புரட்சியில் ஈடுபட்டதை இந்த உலகமே வியப்புடன் பார்த்து நின்றது. இது 'வால்ஸ்டிரீட்டைக் கைப்பற்றுவோம்' என்ற போராட்டத்தைப்போல் இருந்தது' என்று சொன்னார்கள் சிலர். 'இல்லையில்லை... இது அரபு வசந்தம்' என்றனர் சிலர். 'இல்லை, இது முதன்முதல் நடந்த கடற்படை எழுச்சிபோல் இருந்தது' என்றனர் சிலர். 'வேலூர்க்கோட்டையில் நடந்த வீரர்களின் எழுச்சிபோல் அல்லவா திடீரென்று நடந்துள்ளது' என்றனர் சிலர். உளவுத்துறை தலையைப் பிய்த்துக்கொண்டது. முகநூலின் வலிமையை உலகம் அன்று கண்ணாரக் கண்டது.

ஒரு மாதத்துக்கு முன்பு, முகநூல், நண்பர்களின் முகாரி ராகத்தால் நிரம்பி வழிந்தது. 'நாட்டு நிலைமையைப் பார்த்தால் எங்காவது வெளிநாட்டுக்குப் போய்விடலாம்போல் இருக்கிறது' என்கிறார் ஒருவர். 'நான் அகதிபோல் உணர்கிறேன்' என்கிறார் ஒருவர். இன்னொரு மூத்த தோழர் இவர்களைப் பகடி செய்வதைப்போல், 'பேசாமல் ஒரு ஏடிஎம் வரிசையில்போய் நின்றுகொள்ளுங்கள்' என்கிறார். நல்லவேளை இளைஞர்களின் எழுச்சி எல்லோருடைய உணர்வையும் தூண்டிவிட்டது. ஆனால் எந்த அரசியல்வாதிகளையும் அருகே வரவிடமாட்டோம் என்று 'அஞ்சாமை அல்லால் துணைவேண்டா' என்ற வள்ளுவத்தைக் கெட்டியாகப் பிடித்துக் கொண்டு போராடினீர்கள்.

உங்களிடம் இருந்து நிறையப் பாடங்களை இந்த உலகம் கற்றுக் கொண்டது. அடுக்கிய கோடி அளவு கூட்டம் கூடியிருந்தாலும், கட்டுப்பாடாக இயங்க முடியும்; ஆணும் பெண்ணும் தோழமையோடு பழகமுடியும்: (தோழர் என்ற சொல் பிடிக்காத அதிகார வர்க்கத்துக்காக நண்பர்கள் என்று சொல்லிக் கொள்ளலாம்) குடும்பத்தையே அரசியல்படுத்தமுடியும்; (ஓ... உங்களுக்கு அரசியல் பிடிக்காதோ... அதைப் பற்றிக் கடைசியில் அலசுவோம்); போராட்டத்தையே ஒரு கொண்டாட்டமாக நடத்த முடியும்; என்று மக்களுக்குப் புரிந்தது.

எங்களுடைய போராட்டப் பட்டறிவை உங்களுடன் பகிர்ந்து கொள்ள ஆசைப்படுகிறேன். நடுவுநிலைமையோடு எப்பக்கமும் சாராமல் போராடுகிறோம் என்றீர்கள். வெற்றிக் கனியையும் சுவைத்தீர்கள். ஆளும் கட்சிக்குள்ளேயே சிலர் எரிச்சல்படும் அளவுக்கு, நம் முதல்வர் ஒ. பன்னீர்ச்செல்வம் தில்லிசென்று மீண்டு, சட்டம் இயற்றி கோரிக்கையை நிறைவேற்றி, வாடிவாசல் திறக்க வழிசெய்து விட்டார். நடுவுநிலைமை என்றால் என்ன? நேர்மையின் பக்கம், உண்மையின் பக்கம், அறத்தின் பக்கம் சேர்ந்துநின்றுதானே தீர்ப்புக் காணவேண்டி இருக்கிறது. நல்லவற்றின்பால் நாம் இருந்தால், கெட்டவற்றிற்கு எதிரிதானே நாம்.

தொடர்ந்து காவிரி நீர்ப் பிரச்னையில் நம்மை வஞ்சிக்கும் கர்நாடகாவின் தான்தோன்றிப் போக்கு, நம் ஆற்றுநீரையும் ஊற்று நீரையும் உறிஞ்சிக் கொழுக்கும் வெளிநாட்டு வணிகரின் போக்கு, அதை ஊக்கப்படுத்தும் மாநில மைய அரசுகளின் ஆணவப் போக்கு, வீடு முச்சூடும் அழும் மனைவி மக்களைப் பராமரிக்க முடியாமல் வாங்கிய கடனை அடைக்கமுடியாமல் காய்ந்த பயிர்களைக் கண்கொண்டு பார்க்கமுடியாமல் தற்கொலை செய்துகொள்ளும் நம் உழவர்களின் இழிநிலையைப் பொருட்படுத்தாத அரசுகளின் மெத்தனப்போக்கு என அனைத்தையும் எதிர்ப்பதற்கு இந்தத் தைப்புரட்சியை நடத்தியுள்ளீர்கள். எல்லாச் சிக்கல்களையும் தீர்க்க மாணவர்கள், பிற இளைஞர்கள் மீண்டும் போராட வருவார்கள் என எல்லோரும் எதிர்பார்க்கத் தொடங்கிவிட்டார்கள்.

தம்மின் தம்மக்கள் அறிவுடைமை கண்டு பூரித்துப் போய் நிற்கிறோம். ஒரு நிமிடத்தில் பெருங்கூட்டத்தை உங்களால் திரட்ட முடிகிறது. காவலர்கள் மெரினாவில் உங்கள் கைப்பேசிகளைச் செயலிழக்கச் செய்தபோது, அந்தத் தொழில்நுட்பத்தையே செயல்படவிடாமல் செய்து செல்வழி உரையாடத்தொடங்கி விட்டீர்கள்... எல்லோரும் ஓவியராக மாறிவிட்டீர்கள்; உணர்ச்சி பொங்கப் பேசும் பேச்சாளர்களாக மாறிவிட்டீர்கள்; அரசியலே வேண்டாம் என்று கூடிய உங்களுக்குள் அரசியல் புகுந்திராவிட்டால், நீங்கள் வீதிக்கு வந்து போராட முன்வர மாட்டீர்கள்தானே. சூழலின் கனல் உங்களைப் புடம்போட்டுப் புதுப்பித்து இருக்கிறது.

வரலாற்றைப் பாடமாகப் படித்த இளைஞர்கள் வரலாறு படைக்க வந்துவிட்டீர்கள். நீங்கள் சுட்டிக்காட்டும் அனைத்துச் சிக்கல்களுக்காகவும் போராடிக் கொண்டிருக்கும் பல அரசியல் இயக்கங்கள், கட்சிகளைப் பற்றி உங்களுக்குத் தெரியாமல் இருக்காது. பட்டறிவுமிக்க சான்றோருடைய வழிகாட்டுதலோ, துணையோ இருந்தால், உங்கள் இலக்கு இன்னும் கூர்மைப்படலாம்.

'தெரிந்த இனத்தோடு தேர்ந்துஎண்ணிச் செய்வார்க்கு
அரும்பொருள் யாதொன்றும் இல்'

என்ற வள்ளுவம் உங்களுக்குத் தெரியாமல் இருக்காது.

உலகில் புரட்சிகள் நாளும் கிழமையும் பார்த்து வருவதில்லை. எதையெதையோ புரட்சி என்று சொல்லி, கலை இலக்கிய உலகில் தாராளமாக நினைத்தவருக்கெல்லாம் புரட்சிப் பட்டத்தைப் பொரிகடலையைப்போல் கொடுத்து, அந்தச் சொல்லையே கொச்சைப்படுத்தி விட்டார்கள். உங்கள் தன்னெழுச்சியான எழுச்சி ஒரு மாபெரும் புரட்சிக்கு வழிகோலியிருக்கிறது. லட்சக்கணக்கில்

கூடிய கூட்டம்; அரசின்மீதும் இந்தியச் சந்தையைக் கையகப்படுத்தி நம் பாரம்பரியத்தை அழிக்க முனையும் வெளிநாட்டு நிறுவனங்களின் மீதும் நீங்கள் காட்டிய கோபத்தை மக்கள் புரிந்துகொண்டே அந்தப் புரட்சித் திருவிழாவில் கலந்துகொண்டார்கள். இந்த அறவழிப் போராட்டத்தில் வெற்றிபெற்றுவிட்டோம். ஆனால் நம் காவல்துறை தன் உண்மை முகத்தைக் காட்டிவிட்டதைப் புரிந்துகொண்டு இருப்பீர்கள்.

வெள்ளையர் ஆட்சியிலும் அறவழிப் போராட்டங்கள் நடந்தன. அந்தக் காவலர்களும் போராட்டக்காரர்களை நையப் புடைத்தார்கள். உப்புச் சத்தியாக்கிரகத்தில் அதில் கலந்துகொண்டவர்களை மட்டுமே அடித்தார்கள். வெள்ளையனே வெளியேறு போராட்டத்திலும் அப்படியே. ஆனால் அந்தக் கொடும் ஆங்கிலேய அரசின் காவலர்கள்கூட, வழியில் நின்ற வாகனங்களுக்குத் தீவைத்ததாகவோ, போராட்டத்தை வேடிக்கை பார்த்தவர்களை அடித்ததாகவோ செய்தி இல்லை... பதினாறு ஆண்டுகளாக மணிப்பூரில் ஆயுதப்படைச் சிறப்பு அதிகாரச் சட்டத்தைத் திரும்பப்பெற வலியுறுத்தி உண்ணாநிலைப் போராட்டம் செய்த இரோம் சர்மிளா அவர்களை இந்த அரசுகள் கண்டுகொள்ளவே இல்லை. அவர் இப்போது மக்களைநோக்கி வந்திருக்கிறார். மக்கள் கலந்துகொள்ளாத எந்தப் போராட்டமும் வெற்றி அடையாது தோழர்களே (அல்லது நண்பர்களே).

மக்களை வென்றெடுக்கவேண்டும். அவர்களுக்காக நாம் இருக்கிறோம் என்பதை அவர்கள் புரிந்துகொள்ளவேண்டும். போர்க்களத்தில் சில நெறிமுறைகளை நாம் கடைப்பிடித்தாக வேண்டும். திடீரென்று கூடினீர்கள் சரி. பிறகு... என்னென்ன முழக்கங்கள் இடவேண்டும், எதையெதை முன்னெடுத்துப் பேசவேண்டும், எவரெவர் பேச வேண்டும், எப்படிப் பேசவேண்டும் என்பதையெல்லாம் திட்ட மிட்டீர்களா? நீங்கள் நம் பாரம்பரியத்தைக் காக்கத் திறமையோடு செறிவான தகவல்களோடு பேசினீர்கள் என்பதை மறுக்கமுடியாது. ஆனால் உங்கள் நோக்கத்தைத் திசைமாற்றி, வெவ்வேறு நபர்கள் வெவ்வேறு கோரிக்கைகளைப் பற்றிப் பேசிக்கொண்டிருந்தார்கள் எனச் சொல்லப்பட்டதே, ஏன் இந்தக் குழறுபடி? உங்களுக்குள்ளேயே ஆளுமைமிக்க தலைவர்கள் இருக்கிறார்களே! போராட்டக் குழூ, செய்தித் தொடர்புக்குழூ, பேச்சுவார்தைக்குச் செல்லும் குழூ, கூட்டத்தைக் கட்டுப்படுத்தும் குழூ எனத் திட்டமிட்டுச் செயலாற்றி இருந்திருந்தால், போராட்டத்தைத் தொடங்கிய சிலரே பாதியில் வெளியேறிவிட்ட நிகழ்வுகளைத் தவிர்த்திருக்கலாம்தானே.

தேரான் தெளிவும் தெளிந்தர்கண் ஐயுறவும் / தீரா இடும்பை தரும் அல்லவா? இந்தப் போராட்டத்தை வாழ்த்திச் சில காவலர்கள்கூட உணர்ச்சிவயப்பட்டுப் பேசியதைப் பார்த்து நான், 'ஆகா...

காவலர்கள் உங்கள் நண்பர்கள்' என்ற தேய்ந்துபோன முழக்கத்துக்கு உயிர் வந்ததாகத்தான் நினைத்தேன். நீங்களும் ஓகோவென்று பாராட்டியதைப் பார்த்து, கசிந்து கண்ணீர் மல்கினேன். ஆனால் திருதராஷ்டிரத் தழுவல்கள் அன்பைக் காட்ட அல்ல; ஆளைத் தீர்த்துக் கட்ட என்பதை நீங்கள் மிகத் தாமதமாகவே புரிந்துகொண்டீர்கள். எந்த அரசு ஆட்சிக்கு வந்தாலும் அவர்களின் கைப்பாவைகளாகவே காவல்துறை செயல்படவேண்டிய கட்டாயம்.

இந்தப் போராட்டம் நடந்துகொண்டிருந்தபோது நண்பர் ஒருவரிடம் பேசிக்கொண்டிருந்தேன். 'இளைஞர்களின் போராட்டம் பகல் இரவாக, மழை பனி வெயில் என்றும் பாராமல் தொய்வின்றி நடந்து கொண்டிருக்கிறது. எங்கே இங்கே ஒரு ஜாலியன் வாலாபாக் அரங்கேறிவிடுமோ என அச்சமாக இருக்கிறது' என்றேன்.

அதற்கு அவர், 'நீ பெரிய முக்காலமும் உணர்ந்த ஞானியா? எதையும் நேர்மறையாகச் சிந்திக்க மாட்டாயா?' எனக் கடிந்துகொண்டார். நியாயம் கேட்டுப் போராடுவோர்கள் எப்படி எப்படியெல்லாம் ஒடுக்கப்படுகிறார்கள், உயிர் எடுக்கப்படுகிறார்கள், வெருட்டப்படு கிறார்கள் என்பதைக் காலம் காலமாகப் பார்த்துக்கொண்டுதானே இருக்கிறோம். இளைஞர்கள் இனிப் போராட்டம் என்று கிளம்பிவிடக் கூடாது என்று திட்டமிட்டுக் காவலர்கள் நடத்திய வன்முறையைக் கண்ணாரக் கண்டிருப்பீர்களே! இதுதான் நம் நாட்டில் நியாயம் கேட்பவர்களுக்குக் கிடைக்கும் பரிசு. (அமரர் தோழர் ஜீவானந்தம் அவர்களுக்கு அன்றைய காவல்துறை தந்த பரிசுதான் காதுகேளாமை என்பது உங்களுக்குத் தெரியுமா?)

'எவர் கருத்துக் கூறவும் அனுமதியோம்' என்ற புதிய தீண்டாமையைப் புகுத்திவிடாதீர்கள். துணையோடன்றி நெடுவழி போகேல் என்பது தெரியுமல்லவா? இந்த நேரத்தில் ராபர்ட் பிராஸ்டின் வரிகளைச் சுட்டிக் காட்ட ஆசைப்படுகிறேன். 'இந்த வனம் எழிலாகவும் இருண்டதாகவும் இருக்கிறது. நான் தூங்கும் முன் பலகாத தூரம் பயணப்பட வேண்டி இருக்கிறது. 'நீங்கள் போகவேண்டிய தூரம் நீண்டதூரம். கல்வியிலும் கவனம் தேவை. பூக்கும் புதிய உலகுக்காகப் புரட்சியுடன் எழுந்த புதிய தலைமுறையே, நீங்கள் இந்த மண்ணின் சொத்து. எனவே இந்தச் சமூகம் உங்களுக்காகக் காத்திருக்கிறது... கவனமாக எடுத்து வையுங்கள் உங்கள் காலடிகளை... நீங்கள்

> 'பதிக்கின்ற சுவடுகள் படிக்கின்ற வரலாற்றின்
> பக்கமாய் மாற வேண்டும்.'

கல்விநிலையங்களுக்கு வெளியே நீங்கள் படிக்கவேண்டிய பாடங்கள் ஏராளம்... ஏராளம்.

7

நம்மைச் சுட்டும் மூன்று விரல்கள்

'சார்... இவுரு என்ன மரியாதை இல்லாமக் கூப்பிடறார் சார்' - அந்தக் கிராமத்துப் பெரியவர் வங்கி மேலாளரிடம் என்னைப் பற்றிப் புகார் செய்திருக்கிறார். மேலாளர் கேட்டார், 'என்னங்க செஞ்சாரு?'

'வரிசையில் நில்லுங்க ஐயான்னு சொல்றாரு இவுரு.' - என்று குற்றம்சாட்டும் தொனியில் கூறினார் அந்தப் பெரியவர். உடனே மேலாளர் சிரித்துக்கொண்டே, 'அவுரு எல்லோரையும் அப்பிடித்தாங்க கூப்பிடுவாரு. இதுல என்ன மரியாதக் கொறவு உங்களுக்கு?' எனக் கேட்டார்.

'நீங்கெல்லாம் சார்னு கூப்பிட்டுக்குவீங்க. எங்கள மாதிரிக் கிராமத்து ஆளுங்களப் பாத்தா, ஐயான்னு கூப்பிடுவீங்களா?' என்றார். ஒருவழியாக அவரைச் சமாதானப்படுத்தி அனுப்பி வைத்த மேலாளர், எனக்கு ஓர் அறிவுரையைச் சொன்னார். 'முத்து ஏம்ப்பா தமிழ்ல பேசியே எல்லோரையும் கொழப்புற... கொஞ்சம் இயல்பாப் பேசேன்.'

மதிப்புள்ள சொல்லான ஐயா என்பது மரியாதைக் குறைவாகப் பட்டிருக்கிறது ஒரு கிராமத்துப் பெரியவருக்கு. ஆனால் மேலதிகாரிகளை ஐயா என்று அழைக்கும் பழக்கம் காவல் துறையில் இருக்கிறது. ஆனால் அது 'ஆண்டை'யை நோக்கி 'அடிமை' பேசுவதுபோல் ஆகிவிட்டது.

பேச்சுவழக்குத்தான் இயல்பான தமிழ் என்பார் கி.ரா. அதனால்தான் தமிழுக்குப் பல சுவையான வட்டார வழக்குகள் கிடைத்தன. ஒரு நாட்டைப் பிடித்து அரசாள நினைத்தால், அவன் மொழியைக் கைப்பற்று என்ற தந்திரத்தை ஆங்கிலேயர்கள் நன்றாகவே கடைப்பிடித்து வெற்றியும் கண்டுவிட்டார்கள். ஆங்கிலம் கலந்து

| 43 |

பேசினால்தான் பெருமை என்ற போலிப் பெருமிதத்தில் வீழ்ந்த தமிழன் இன்னும் மீளவே இல்லை.

ஆங்கிலப் பள்ளிகளின் பெருக்கத்துக்கு நம் தாழ்வுமனப்பான்மையும் ஒரு காரணம். தாய்மொழிக் கல்வியைப் பற்றிக் கடந்த அறுபது ஆண்டுகளாகச் சிந்திக்காமல், நம்மை ஆண்டவர்களும் ஒரு காரணம். உடல் தமிழுக்கு, உயிர் மண்ணுக்கு என்றவர்கள், தமிழ் நாட்டில் தமிழே தெரியாமல் முதுநிலைக் கல்வியைக் கற்று, முனைவர் பட்டத்தையும் பெற்றுவிடக்கூடிய 'செந்தமிழர்களை' உருவாக்கி விட்டார்கள். சிங்கப்பூர், மலேசியா போன்ற நாடுகளில் தமிழ் ஆட்சி மொழியாக இருக்கும்போது, தமிழ்கூறு நல்லுலகில் அதைப் பற்றிச் சிந்திக்கவே நம் அரசுக்கு நேரமும் இல்லை; நினைவும் இல்லை.

அண்மையில், த.மு.எ.க.ச. சார்பில் மாநிலமெங்கும் மாவட்டத் தலைநகரங்களில் 15/05/2017 அன்று இந்தித் திணிப்புக்கு எதிரான முழக்கப் போராட்டம் நடத்த இருப்பதை முகநூலில் பதிவு செய்து, தோழர்களுக்கு அழைப்பு விடுத்திருந்தேன். ஒரு நண்பர் பல வினாக்களைக் கேட்டுப் பதிவிட்டிருந்தார். அவருக்கு நான் சொல்லும் விடை, நம்மையே நாம் 'அரிமாநோக்கு' பார்ப்பதற்கு ஒக்கும் என எண்ணுகிறேன்.

நாம் எந்த மொழிக்கும் எதிரிகள் இல்லை. எல்லா மாநில மொழிகளுக்கும் இந்திய நாட்டில் சம உரிமை தரப்பட வேண்டும். சில மாநிலங்களில் மட்டுமே பேசப்படும் இந்தியை ஆட்சிமொழியாக அறிவித்ததே தவறு; இந்தி பேசா மாநிலங்கள் ஏற்றுக் கொள்ளும்வரை மும்மொழிக் கொள்கையே பின்பற்றப்படும் என்று நேரு கொடுத்த உறுதிமொழியைக் காற்றில் பறக்கவிட்டு, வலிந்து திணிப்பதையே எதிர்க்கிறோம்.

'ஓமணத் திங்கள் கிடாவோ' என்ற மலையாளப் பாட்டினில் நானும் என் பேரக் குழந்தைகளும் மயங்கித் தூங்குகிறோம். 'எந்தரு மகானுபவ' என்ற தெலுங்குப் பாட்டைச் சுவைக்கிறோம். 'யாதோன் கி பாரத்' பாட்டைக் கல்லூரிக் காலத்திலிருந்தே பாடிக் கொண்டிருக்கிறோம். இந்தி இசையமைப்பாளர் பர்மனை எழுபதுகளில் இருந்தே காதலித்துக் கொண்டிருக்கிறோம். பிரேம்சந்தின் சிறுகதைகளில் மனதைப் பறிகொடுத் திருக்கிறோம். பிரேம்நசீர் நடிப்பையும் பார்த்துக் களித்திருக்கிறோம். எனவே இவ்வுலகில் உள்ள படைப்புகள் அனைத்தையும் நேசிக்கவும் வாசிக்கவும் தீராக் காதலுடன் இருக்கிறோம்.

ஆனால் பிறமாநிலங்களிலும், இந்தியே பேசவேண்டும், வானொலி தொலைக்காட்சி ஊடகங்களில் இந்தியே புழங்க வேண்டும், வங்கி தானியங்கி எந்திரங்களில் இந்தியே வழிகாட்டு மொழியாக இருக்க

வேண்டும், இந்தி தெரியாதவர்கள் பாராளுமன்றத்தில் பேசக் கூடாது, தொடர்வண்டி நிலையங்களில் அறிவிப்புகள் இந்தியிலே இருக்க வேண்டும், நெடுவழிச் சாலைகளில் உள்ள மைல்கற்களில் இந்தியில் எழுதவேண்டும் எனப் பலவாறு மனம்போன போக்கில் நடை முறைப் படுத்தத் தொடங்கினால் இந்தியாவின் 'வேற்றுமையில் ஒற்றுமை' என்ற உன்னதக் கொள்கைக்கே ஊறு நேரும் அல்லவா? இந்திய அரசியல் சட்டத்தை நாங்கள் மதிக்கிறோம்; நீங்கள்...? இந்தியைப் பரப்போ பரப்பு என்று பரப்புவதற்குச் செய்யும் செலவில் பத்து விழுக்காடாவது பிற மாநில மொழிகளுக்கு ஒதுக்கப்பட்டிருக்கிறதா?

வடக்கு வாழ்கிறது; தெற்கு தேய்கிறது என்று அண்ணாதுரை அன்று சொல்லும்போது நாங்கள் நம்பவில்லை. இன்று எல்லா நிலைகளிலும் தமிழகம் புறக்கணிக்கப்படுவதை எப்படி ஏற்றுக் கொள்வது? இந்தியத் தமிழக மீனவர்கள் இலங்கையர்களால் தாக்கப் படும்போதும் கொல்லப்படும்போதும் அன்றலர்ந்த தாமரையாகச் சிரித்துக்கொண்டிருந்தால் மனம் பொறுக்க வில்லையே! எல்லா மாநிலங்களுக்கும் தலைமை அமைச்சராக இருக்கவேண்டியவர், காவிரிப் பிரச்னையில் கர்நாடகத்துக்கு மட்டும் சாதகமாக நடந்து கொள்ளலாமா? டில்லியில் போராடிய தமிழக விவசாயிகளைக் கண்டு பேசக்கூட மனம் வரவில்லையே? நாங்கள் இந்தியச் சட்டத்தையும் மதிக்கிறோம்; நீதிமன்றங்களையும் மதிக்கிறோம். ஆனால் இந்த நாட்டின் உயர்ந்த அமைப்பான உச்சநீதி மன்றம் சொல்வது எதையும் மைய மாநில அரசுகள் கண்டுகொள்வது இல்லையே? (ஆதார் அட்டை, காவிரி நதிநீர்ப் பங்கீடு... இன்னும் எத்தனையோ...)

இதற்கெல்லாம் என்ன காரணம்? மொழியை நினைக்கின்ற, மக்கள் வாழ்க்கை மேம்பாட்டை உறுதி செய்கின்ற, பஞ்சத்தால் மடிந்து கொண்டிருக்கின்ற உழவர்களைக் காக்கின்ற, மக்களின் உரிமைக்கும் உடைமைக்கும் பாதுகாப்புத் தருகின்ற, எல்லோருக்கும் கல்வி என்பதை உறுதிசெய்கின்ற, பல்லாயிரம் பெண்களின் தாலியை அறுக்கும் மதுவை ஒழிக்கின்ற, அன்றாடும் பத்துமைல் நடந்து சென்று குடத்தில் தண்ணீர் எடுத்துவரும் அன்னையரின் கண்ணீரைத் துடைக்கின்ற அரசு நமக்கு வாய்க்கவில்லை.

திராவிட இயக்கங்கள் தமிழுக்காக என்ன செய்தார்கள் எனச் சிலர் கேட்பது காதில் விழுகிறது. ஒன்றுமே செய்யவில்லை என்று ஒதுக்க முடியாது. இத்தனை ஆண்டு ஆட்சிக் காலத்தில் தமிழை ஆட்சி மொழி ஆக்கியிருக்கலாம்; நீதிமன்றத்தில் வழங்க வழிவகை செய்திருக்கலாம். (சென்னை உயர்நீதிமன்றமே இன்னும் மெட்ராஸ் உயர்நீதிமன்றமாக இருக்கிறது.) கேரளத்திலும் மேற்கு வங்கத்திலும் அவரவர் தாய் மொழியைப் பத்தாம் வகுப்புவரைக் கட்டாயப் பாடம் ஆக்கியிருக் கிறார்கள். தமிழகத்தில் எங்கு பார்த்தாலும் லண்டன் குஞ்சுகளாகத்

தான் இருக்கிறார்கள். தமிழகத்தின் தொன்மையான நாட்டுப்புறக் கலைகளை மேம்படுத்த முனைந்திருக்கலாம். உலகத் தமிழ் மாநாடு களில் தமிழாய்ந்த அறிஞர்களைக் கொண்டு தமிழ் இலக்கியங்களை உலகின் பிறமொழிகளுக்குக் கொண்டு செல்ல முயன்றிருக்கலாம். (அப்படி மாநாடு நடந்தாலும் ஆள்வோரின் குடும்ப உறுப்பினர் களுக்கே அரங்க மேடையில் இடநெருக்கடிதான்.)

ஆக, இத்தகு அரசை வேண்டி, விரும்பி, கெஞ்சி தாய்மொழியையும் கொஞ்சம் கடைக்கண்பாருங்கள் என்று கலை இலக்கிய முற்போக்கு இயக்கங்கள் போராட வேண்டியிருக்கிறது. (எல்லாவற்றுக்கும் டிராபிக் ராமசாமியையே கூப்பிட முடியுமா?)

தமிழ்மக்களாகிய நாம் எப்படி இருக்கிறோம் என்று 'தன்னெஞ்சு அறிவது பொய்யற்க' என்று எண்ணிப்பாருங்கள். தமிழ்வழிக் கல்வியைத் தரும் பள்ளிகளில்தான் என் மகள்களைப் படிக்க வைத்தேன். அதுவும் அரசுப் பள்ளியில்தான். (அவர்கள் முதல்மதிப்பெண் எடுத்து மோசம் போகாமல் அவரவர் விரும்பிய தமிழ்த்துறையிலும் ஊடகத் துறையிலும் கணிப்பொறித் துறையிலும் இயங்கிக்கொண்டு இருக்கிறார்கள். முகநூல் நண்பர் பார்வைக்கு.)

தமிழகத்தின் தெருக்களிலே தமிழ்தான் இல்லை என்று அன்றுமுதல் இன்றுவரை புலம்பிக்கொண்டிருக்கிறோம். தமிழில் பெயர்ப் பலகைகள் வைக்கப்பட வேண்டும் என்ற சட்டம் என்னவாயிற்று என நாம் கேள்வி கேட்டிருக்கிறோமா? லண்டன், நியூயார்க், பாரிஸ் என்று பல நகரங்களுக்குப் போகமுடியவில்லையே எனக் கவலைப்படு வோர், அன்பு கூர்ந்து எங்கள் சென்னைக்கு வந்து சுற்றிப் பாருங்கள். எங்கும் ஆங்கிலமயம். பேருந்து நிழற்கொடைகளிலும் ஆங்கில விளம்பரங்கள். (ஆங்கிலம் தெரியாத பாமரருக்கும் வாடிக்கையாளருக்கும் அந்தப் பெருங்கடை வாசல்கள் திறக்காதா? இல்லை அவர்கள் தரும் பணம் இனிக்காதா?)

எங்கும் தமிழ்; எதிலும் தமிழ் என்ற நிலையை எதிர்பார்த்தோம். எங்குமே இல்லை தமிழ் என்பதைப் பார்த்துக் கொண்டிருக்கும் நாம் வேடிக்கை மனிதர்கள் இல்லையா? வீடுகளின் பெயர்கள் தமிழில் இல்லை; நாம் பெற்ற நலமான செல்வங்களின் பெயர்களும் தமிழில் இல்லை. சில திரைப்படங்களின் பெயர்கள்கூடத் தமிழில் இல்லை. ஆங்கிலம் கலக்காத திரைப்பாடல்களை விரல்விட்டு எண்ணி விடலாம். (ஆங்கில, அமெரிக்கப் படங்களுக்குப் பாடல்களை எழுதுவோர் தமிழ்நாட்டில் பிறந்து மிக மிகச் சிரமப்படுகிறார்கள்.)

தொலைக்காட்சி ஊடகங்களில் தமிழ்படும்பாடு சொல்லிமுடியாது. நெறியாளர்கள் தமிழில் பேசுவதே அரிதாகிப் போனது. காட்சிப் படுத்தும் தொடர்கதைகளிலும் நம் பண்பாட்டை எதிர்பார்க்க

முடியாது. விதிவிலக்குகள் சில இருக்கலாம். குழந்தைகள் மனதை ஈர்க்கும் தொலைக்காட்சிகளில் அன்றுமுதல் இன்றுவரை டாமும் ஜெர்ரியும்தான் ஓடிக்கொண்டே இருக்கின்றன. ஆத்திச்சூடியையும் கொன்றைவேந்தனையும் சொல்லிக் கொடுக்க நாங்கள் என்ன பள்ளிக்கூடமா நடத்துகிறோம் எனக் கேட்டாலும் கேட்பார்கள். தமிழால் வளர்ந்து, தமிழால் பதவிபெற்று, தமிழால் 'தம்மின் தம்மக்கள் அறிவுடைமை'யைப் பாராட்டிப் பதவி வாங்கிக்(!) கொடுத்து, பேச்சு மூச்சு எல்லாம் தமிழாக இருப்பவர்கள் நடத்தும் தொ.கா.வின் பெயர்கள்கூடத் தமிழில் இல்லை என்பதுதான் நகைமுரண்.

'இனிமைத் தமிழ்மொழி எமது என்று பாவேந்தர்போலப் பெருமைப் பட்டுக்கொள்ளும்படி நிலைமை இல்லையே! திருமண அழைப்பிதழ் கள் ஆங்கிலத்திலும் அடிக்கப்படுவதைப் பார்த்து நகைப்புத்தான் வருகிறது. தமிழ்தெரியாத வெளிநாட்டு நண்பர்களுக்காக அப்படி அச்சிடுகிறார்களா? தன் முகவரிச் சீட்டை (விசிட்டிங் கார்ட்) ஆங்கிலத்தில் அடிக்கிறார்கள். சரி. வெளிமாநிலத்தார்க்குக் கொடுக்க வேண்டி இருக்கலாம். போனால் போகிறது என்று தமிழிலும் அச்சிட்டால் குறைந்தா போய்விடும். தொலைபேசியில் பேசும்போது அலோ என விளிப்பதற்குப் பதிலாக வணக்கம் என்று சொல்லித் தொடங்கினால் இனிமையாக இருக்காதா? பேச்சு வழக்கில் சாரி, தாங்க்ஸ், ஸொ. பட், எனிவே, ஆக்சுவலி, வெரிகுட், அமேசிங், மார்வலஸ் என ஆங்கிலமாகப் பேசித் தள்ளுகிறோமே! மாற்றிக் கொள்ளக் கூடாதா?

படைப்பிலக்கியங்களைப் பொறுத்தவரை அவியல்தமிழை அறிமுகப் படுத்தியவர் சுஜாதா. ரிங்கினான், ஸ்டார்ட்டினான், குழப்பியை போன்ற அருங்கலைச் சொற்களை அறிமுகப்படுத்தினார். இன்றும் பல எழுத்தாளர்கள் கதைகளில் ஆங்கிலத்தை அப்படியே கலந்து எழுதுகிறார்கள். கதைமாந்தர்கள் இயல்புக்கு ஏற்பப் பேசுவதைத் தவிர்க்க இயலாது. ஆனால் ஆசிரியர் கூற்றாக வருவன ஆங்கிலத்தில் இருக்க வேண்டுமா?

எனவே, நண்பர்களே தோழர்களே நம்மை நாம் சரிசெய்துகொள்ள வேண்டி இருக்கிறது. நம் தாய்மொழியில் பேசவும் கையெழுத்தைப் போடவும் வெட்கப்படலாமா? பேசாமலே புறக்கணிக்கப்பட்ட பல மொழிகள் அழியப் போகும் மொழிகள் பட்டியலில் இருக்கின்றன. மொழி அழிந்தால் அந்த இனமும் விரைவில் காணாமல் போய்விடும்.

நம் பண்பாடும் இறையாண்மையும் நாகரிகமும் பேணப்பட வேண்டும். பிறர் நம் முதுகின்மேல் ஏறவோ அனுமதிக்க மாட்டோம்; அடுத்தவர்கள் குறைகளை ஆள்காட்டி விரல் சுட்டும்போது, பெருவிரலைத் தவிர்த்து எஞ்சிய மூன்று விரல்கள் நம்மையே நோக்கிக் கொண்டிருக்கின்றன என்பது உங்களுக்குத் தெரியாததா!

8

வெறிச்ச காலம் கொடுமை சொன்னால்...

அப்போதெல்லாம் எங்கள் கிராமத்தில் பெரும்பான்மையோர், வீட்டுக்கு வெளியே உள்ள திண்ணையில்தான் இரவில் உறங்குவது வழக்கம். மின்விசிறி எங்கள் வீடுகளுக்கு வராத நேரம். வீட்டுக்கு எதிரேயும் பின்புறமும் நின்று தலையாட்டிக்கொண்டு அள்ளி அள்ளிக் காற்றை வாரி இறைக்கும் பூவரச மரமும், வேம்பும் எங்கள் தோழர்கள். கழுத்து மணியசையச் செல்லும் மாடுகளின் அம்மா என்ற குரல்தான் எங்களை எழுப்பிவிடும். எல்லா வீட்டு வாசல்களிலும் சாணக்கரைசல் தெளிக்கும் ஓசை, பெண்கள் கோலம்போட்டுக் கொண்டே நகையாடி உரையாடும் ஓசை எல்லாம் கலந்து மெல்லிசைக் கோவையாக நம்மை மயக்கும்.

இளைஞர்கள் புடைசூழ, வேம்பின் குச்சி அல்லது நொச்சிக்குச்சியை ஒடித்துப் பல்துலக்கிவிட்டு, நீர்நிறைந்த கிணறுகளின் மேல்துலையில் இருந்து அப்படியே கீழே குதிப்போம். குளிரக் குளிரக் குடைந்து நீராடுவதை அங்கேதான் பார்க்கமுடியும்.

இன்று நம் கிராமங்களுக்குப் போனால், மழைவளம் குன்றியதால் பாழடைந்த கிணறுகள், விளைச்சல் இல்லாமல் காய்ந்து கிடக்கும் தோட்டங்கள், தீவனத்துக்கு வழியில்லையே என்று மயங்கி ஆடுமாடுகளை விற்றுவிட்டு, வெற்றிடமாகக் கிடக்கும் தொழுவங்கள், உழவும் இல்லை, வேறு வேலையும் இல்லை. உணவுக்கு என்ன செய்வது என்று ஏங்கிக் கலங்கும் விழிகள் என இவற்றைத்தான் பார்க்கமுடிகிறது.

தமிழன் பகுத்துக் கொண்ட ஐவகை நிலங்களில், முல்லையும் குறிஞ்சியும், மருதமும் நெய்தலும், முறைமையிற் திரிந்து, பாலை என்பதோர் படிமம் கொண்டுவிட்டதா?

உலகத்தாருக்கு ஆணியாக விளங்கும் உழவர்களை எந்த அரசும் கண்டு கொள்ளவில்லையே? உலகத்திலேயே இரண்டாவது பணக்காரர் முகேஷ் அம்பானி வசிக்கும் நாட்டில், வறுமையின் தாண்டவத்தை ஒடுக்க எவரும் முன்வரவில்லையே? கோடிக்கணக்காக வங்கிகளில் கடன்பெற்று, கட்ட மறுத்து உலவும் தேசப்பற்று இல்லா மனிதர்களைப் பேணும் அரசாங்கங்கள், 'கஞ்சி குடிப்பதற்கு இல்லாதவர்'களை, ஏன் புறக்கணிக்கிறது? வறுமையை ஒழிப்போம் என்று வறுமையில் அழியும் பாமரர்களை ஒழிக்க நினைக்கின்றனவா இந்த அரசாங்கங்கள்.

எரிவாயு மான்யம் இனி இல்லை. நியாய விலைக் கடைகளுக்குத் திண்டுக்கல் பூட்டுப் போட்டு மூடப்போகிறார்கள். குடிநீர்ப் பஞ்சமா? நிலத்தடி நீர் இல்லையா? கவலைப்படவேண்டாம். மீத்தேன், ஹைட்ரோ கார்பன் எடுக்க வசதியாகப் போய்விட்டது. வாழ வழியில்லையா? கவலை வேண்டாம்; மதுவைக் குடித்து மண்ணாகப் போங்கள் என்கிறார்களா? போதைப் பொருள்கள் பட்டியலில் இருந்து மதுவுக்கு விலக்கு அளிக்கப்பட்டுவிட்டது; எனவே அதைக்குடிக்கத் தடை இல்லை.

பசுத்தோல் போர்த்திய புலி வருகிறது என எச்சரித்தவர்களை ஏளனம் செய்த பலனைப் படிப்படியாக அனுபவித்துக் கொண்டிருக்கிறோம். நம் வாழ்வாதாரங்கள் ஒவ்வொன்றாக அழிக்கப்பட்டு வருகின்றன. நூற்றைம்பது ஆண்டுகளுக்குமுன் ஏற்பட்ட பஞ்சம், மீண்டும் வந்து கொண்டிருக்கிறது. பஞ்சம்... செயற்கையான பஞ்சம் உருவாகிக் கொண்டிருக்கிறது.

உலகத்தில் ஒரு பில்லியன் மக்கள் பசியோடு செத்துக் கொண்டிருக் கிறார்கள். ஆசியா, பசிபிக் கண்டங்களில் ஐம்பது மில்லியன் மக்களும், அமெரிக்காவில் ஐம்பது மில்லியன் மக்களும் உணவு கிடைக்காமல் வாடிக்கொண்டிருக்கிறார்கள். உலகில் ஆர்மீனியா, அசர்பைசான், பிரேசில், கியூபா, ஜார்ஜியா, கானா, குவைத், செயின்ட் வின்செண்ட்-கிரேனாடைன்ஸ், தாய்லாந்து, வெனிசுவேலா ஆகிய பத்து நாடுகளில் மட்டும் பசியால் வாடுவோர் எண்ணிக்கை குறைவாக இருப்பதாகப் புள்ளிவிவரம் கூறுகிறது. விண்ணையும் சாடி வெற்றிகொள்ளும் நாடுகள், பசிப்பிணிக்கு மருந்துதர எண்ணவில்லையா? இல்லை இயலவில்லையா?

தமிழகத்தில் பரிதாபி ஆண்டில் (1853) தொடங்கி பதினான்கு ஆண்டுகள் நிலவிய பஞ்சத்தை, இலக்கியமாக்கி இருக்கிறார்கள்.

புலவர் செ. இராசு அவர்கள் தொகுத்தளித்த 'புயல்காத்துப் பாட்டும் பஞ்சக் கும்மியும்' என்ற நூல் சிறந்த ஆவணமாக நிற்கிறது. இருண்ட காலத்திலும் இலக்கியம் பிறக்குமா? ஆம் பிறந்திருக்கிறது… இருண்டகாலத்தைப் பற்றி.

நாமக்கல் மாவட்டம் வெண்ணந்துர் வரகவி அருணாசலம் அவர்கள் வண்ணக் கும்மி, வண்ணத்தரவு என்ற மரபில் பாடிய பஞ்சக் கும்மியைப் படித்தால், மனம் பதைபதைக்கிறது.

'கிணத்துக்குத் தண்ணீர்கள் இல்லாத காலத்தில்
பணத்தைக் கொடுத்துப்பாழ் ஆச்சுதென்று
கெஞ்சிப்பிச்சை எடுக்கவந்த
பஞ்சைக்குடி யானவர்கள்
கஞ்சியில்லை என்றழுது கலங்குவார்கள்.'

கிணத்தை மென்மேலும் வெட்டினால் நீர் வராதா என எண்ணிக் கிணறு வெட்டும் தொழிலாளர்களை அழைத்தால், அவர்கள் கிணறுவெட்ட வலிமை இல்லை.' ஓங்கி வெட்டமாட்டேன் சாமி, / எங்கள் கொத்தளங்கள் தூக்க / பாங்கழிந்த காலத்தில் பலன் இல்லை…' என்கிறார்கள். கிராமத்தில் கைத்தொழில் செய்பவர்கள் தத்தம் கருவிகளை விற்றுக் கஞ்சி குடித்துவிட்டார்கள்.

முடிதிருத்தும் தொழிலாளி, செம்பட்ட மீசையை அறுக்கும் கத்தியை அடகுவைத்து, அரைப் பணத்துச் சோளம்வாங்கிப் பருப்புடனே கஞ்சிகாச்சிக் குடித்துவிட்டார். மண்பானை வனைபவர் தன் தொழிற் கருவியை விற்றுவிட்டார்.' மணியாகப் பலதும் வித்துப்/ பணியாரம் வாங்கித் தின்று விட்டார்.

'இன்னைக்குச் சோத்துக்கு இல்லையே ஈஸ்வரா/ மண்ணைத் தின்போமா மகாதேவா' என எல்லோரும் புலம்புகிறார்கள். இப்போது தில்லிக்குச் சென்று போராடும் நம் உழவர்கள் மண்சோறு தின்று போராட்டம் நடத்துவது நினைவுக்கு வருகிறது.

'முத்துச்சம்பா நெல்லுக் குத்திச் சமைத்துச் சாப்பிட்டவர்கள், அறுத்துப்போட்ட கட்டச்சோளக் கஞ்சி குடித்தார்கள். மாடுகளைப் பேணமுடியாமல் விற்றார்கள் குறைந்த விலைக்கு. 'ஆட்டையாம் பட்டிக் கவுண்டர் / மாட்டெருத்தை ஓட்டிப்போயி/ ஈட்டியே பிடிக்க விலை குறைந்ததய்யா.' இன்றைய நிலையில் பராமரிக்க முடியாத மாடுகளைச் சந்தைக்குக் கொண்டுபோய் விற்பதற்கும் பல்வேறு தடைகளைப் போடும் சட்டங்கள் நினைவுக்கு வருகிறது.

உணவுக்கு வழியின்றி, காடுகளில் கிடைத்ததை எல்லாம் உண்டிருக்கிறார்கள். 'நிலாவரை விதையைக் கொண்டுவந்து

நெறிச்சுக் களி கிண்டியும், சீனிக் கத்தாழைக் கிழங்கு தோண்டித் தின்றிருக்கிறார்கள். கூந்தல் பனை ஊனை இடித்துக் கூழ காய்ச்சிக் குடித்திருக்கிறார்கள். சீனிக் கிழங்கு, கல்லிச்சிக் காய்களைப் பொறித்துச் சாப்பிட்டுள்ளார்கள்.

நிலாவரை விதைகூடக் கிடைக்காமல் பசியோடு தவித்திருக்கிறார்கள்.

'நெஞ்சுக் கிலேசமாய்ப் பஞ்சகா லத்திலே
நிலாவரை விதையைக் கொண்டுவந்து
நெறிச்சுக்களி கிண்டியதும்
மறிச்சொருக்கால் சிக்கவில்லை
வெறிச்சகாலம் கொடுமைசொன்னால் வெட்கமில்லை'

என வெறுமையை, வறுமையைப் பதிவு செய்திருக்கிறார்கள்.

தாம் வறுமையில் வாடியபோதும், வந்த விருந்தினரைப் பட்டினி போடாத பண்பாட்டுக்கும் ஊறு வருகிறது.

'வீட்டுக்கு வந்த விருந்தாளிகளிடம்
பாட்டுப் பழமைகள் பேசிக்கொண்டு
விசாரமுடனே உப
சாரமுடன் பேசவும்
வைதாலும் சாதம் இல்லையென்று வாயிளித்தார்.'
'தஞ்சை நகர் சீமை அஞ்சாது என்றைக்கும்
பஞ்ச காலமென்று கண்டதில்லையே,

என்று அவர்கள் புலம்பியது இன்று புலம்புவதுபோல் இருக்கிறதே.

தாதுவருஷப் பஞ்சத்தைப் பற்றி அரசர்குளம் சாமிநாதன் என்ற புலவர் பாடிய பஞ்சக் கும்மியில், பெற்றோர் தம் மூன்று வயதுக் குழந்தையை விற்ற நிகழ்வு குறிப்பிடப்படுகிறது.

'பஞ்சத்துக் குத்தப்பி நாம்பிழைத்தால்-பின்பு
பாலகன் தன்னைப் பெற்றுக்கொள்வோம்.
பலபேர்களில் விலைகொள்பவர்
இலையோஎன நலமேதரு
பாலகனை விலை கூறிவந்தாள்.
'கண்ணே நவமணியோ
கற்பகமோ மூக்கனியோ
எண்ணோ எழுத்தோ
இந்திரனே கண்வளராய்.'

எனச் சீராட்டி வளர்த்த மகவைப் பசிக் கொடுமைக்காக விற்கத் துணிந்ததை நினைத்தால் நெஞ்சு பொறுக்குதில்லையே.

இதைப் படிக்கும்போது நினைவுக்கு வரும் ஒரு கடுமையான/ கொடுமையான நிகழ்வைச் சொல்லியாகவேண்டும். பாட்னாவில் மாவட்ட நீதிபதி கன்வால் தனுஜ் என்பவர் கழிப்பறையின் தேவை குறித்து மக்கள்முன் பேசிக்கொண்டிருந்தபோது, ஒருவர் குறுக்கிட்டு, 'கழிப்பறை கட்ட என்னிடம் பணமில்லையே' என்று கூறியிருக்கிறார். அப்போது நீதிபதி அவர்கள், 'உன்னிடம் பணம் இல்லாவிட்டால், போ. உன் மனைவியை விற்றுக் கழிப்பறை கட்டு' எனக் கோபமாக விடையிறுத்திருக்கிறார்... (தி இந்தியன் எக்ஸ்பிரஸ். 24/07/2007).

நாடு எங்கே போய்க்கொண்டிருக்கிறது எனக் கணிக்கமுடியவில்லை. நிலங்களைப் பறிப்பதும், வனங்களைப் பெரு முதலைகளுக்கு அளிப்பதும், கைத்தொழில்களை அழிப்பதும், ஏழைகளுக்கான கல்வியுரிமையைப் பறிப்பதும், மக்கள் உரிமைகளை நசுக்குவதும் தொடர்கிறது. ஒரு பெரும் பஞ்சம் நம்மைத் துரத்திக் கொண்டிருக் கிறது. 'வயிறு பசிச்சவன் விடமாட்டான்' எனச் சொன்ன பட்டுக் கோட்டையின் பாட்டினை எப்போது மெய்ப்பிக்கப் போகிறோம்?

9

வானம் கருக்காதா? வண்ண மயில் ஆடாதா?

'*அமைதி*... *அமைதி*... அவையில் கேள்வி கேட்பவர்கள் கேட்கலாம்.' அவைநாயகர் அறிவிப்பைத் தொடர்ந்து கேள்விநேரம் தொடங்கியது.

'கடந்த செவ்வாய் அன்று வழிபாட்டுத் திடலில் குப்பை அகற்றப் படாமலேயே இருந்தது. ஏழாம் வகுப்பு அறையில் குடிநீரும் வைக்கப்படவில்லை. சுகாதாரத் துறை அமைச்சர் இதற்குத் தகுந்த விடைகூற வேண்டும்.'

'செவ்வாய் அன்று திடலைச் சுத்தம் செய்தபின்பு சுழிக்காத்து அடிச்சது உறுப்பினருக்குத் தெரியாதா? அதுல வந்த குப்பைதான் அது. மறுநாள் அகற்றப்பட்டது. ஏழாம் வகுப்பில் தண்ணி வைப்பதற்குள் ஊராட்சிக் குழாயில் தண்ணி நின்றுவிட்டதால் வைக்க முடியல.' சுகாதார அமைச்சர் சொல்லி முடித்தவுடன் அவையோர் ஆர்ப்பரித்துக் கைதட்டினர்.

'போன புதங்கிழமை அன்னைக்கு எட்டாம் வகுப்பு அறை பள்ளி முடிந்தவுடன் பூட்டப்படாமலே இருந்தது. பாதுகாப்புத் துறை அமைச்சர் இப்பிடி கெவனக் கொறையா இருந்ததைக் கண்டிக்கிறேன்...' இன்னொரு உறுப்பினர் காரசாரமாகக் கண்டித்துவிட்டு உட்கார்ந்தார்.

'பள்ளிமுடிந்து எல்லா அறைகளையும் பூட்டி முடிச்ச பின்னாலே ஒரு பூட்டுக் காணோம். அன்னைக்குச் சாயங்காலம் இதைப் பார்த்த உறுப்பினர் பாதுகாப்புக் கருதி அப்போதே சொல்லாம விட்டது ஏன்னு தெரிஞ்சுக்கலாமா' என்று பாதுகாப்பு அமைச்சர் சொன்னவுடன் அரங்கமே கைதட்டுகளால் அதிர்ந்தது.

'பண்பாட்டுத் துறை அமைச்சர் அவர்களே! வணக்கம். காலையில் வழிபாட்டில் சொற்பொழிவு செய்வதற்கு எட்டாம் வகுப்பு அண்ணன்களை மட்டுமே கூப்பிடுகிறீர்கள். ஏன் ஆறு, ஏழாம் வகுப்புப் படிக்கிறவங்களுக்கு இந்த வாய்ப்பைத் தரக் கூடாதா?' என்று ஒருவர் கேட்டவுடன் கூட்டத்தின் கால்வாசிப் பேரிடம் இருந்து, 'வேணும் வேணும்... எங்களையும் பேச வையுங்க' என்ற முழக்கம் கேட்டது.

'அவைநாயகரைக் கலந்து பேசி அதைப் பரிசீலிப்போம். ஆனால் வந்து நின்னுக்கிட்டுப் பேச மறந்து பேமுழி முழிக்கக் கூடாது' பாதுகாப்பு அமைச்சர் சொன்னவுடன் அவைநாயகர் உட்பட எல்லோரும் சிரித்து விட்டனர்.

'அன்புள்ள உறுப்பினர்களே, நல்ல கேள்விகளைக் கேட்டீர்கள். தவறு எங்கே எப்போது நடந்தாலும், உடனே சம்பந்தப்பட்ட அமைச்சருக்குத் தெரிவிக்கவேண்டும். குறிச்சுவச்சுக்கிட்டு ஒருமாதம் கழிச்சுக் கேப்போம்னு இருக்கக்கூடாது. சரியா. சரி அவை கலையலாம்.' அவைநாயகர் முடித்துவைத்தார்.

'அருமை... அருமைடா... எல்லாரும் நல்லாச் செஞ்சீங்க' தலைமை ஆசிரியர் மனம்திறந்து பாராட்டினார்.

மேற்சொன்ன சட்டமன்றம் நடந்தது 1963-ஆம் ஆண்டு நான் பயின்ற நடுநிலைப் பள்ளியில். பாடம் நடத்துவதோடு மாணவர்க்குப் பலவிதப் பயிற்சிகள் கொடுத்து நல்ல வல்ல மனிதர்களாக மாற்ற எம் அன்னாள் ஆசிரியர்கள் முயன்றதை இன்றும் நன்றியோடு நினைத்துப் பார்க்கிறேன்.

வெள்ளிக்கிழமைதோறும் 'சர்வோதய வழிபாடு' நடக்கும். மாணவர்கள் திருக்குறள், பைபிள், குரான் முதலிய நூல்களிலிருந்து இரண்டு பக்கங்கள் படிப்பார்கள். மதம் என்னவென்று அறியாப் பருவத்திலேயே மதநல்லிணக்கத்தைச் சொல்லிக் கொடுத்தது என் பள்ளி. ஆண்ட்ரூஸ் நடத்திய சரஸ்வதி நடுநிலைப் பள்ளி அது. அங்கு சாலமனும், கண்ணனும், பசீர் அகமதும் ஆசிரியர்களாக வேலை பார்த்தார்கள்.

தொழில்கல்வியான பாய்முடைதலுக்கு ஓர் ஆசிரியர். எல்லா மாணவர்களும் விளையாட்டுப்போலவே கோரைப்பாய் முடையக் கற்றுக்கொண்டோம். இருபால் மாணவர்க்கும் ஒயிலாட்டத்தையும் கோலாட்டத்தையும் கற்றுத்தந்த பரஞ்சோதி ஆசிரியரை இன்னும் மறக்க முடியவில்லை. விளையாட்டுக்குத் தனிப் பாடவேளையே ஒதுக்காமல், நாள்முழுக்கூடும் பாடங்களைத் திணிக்கும் இன்னாள்

தனியார் பள்ளிகளையும் அதில் பயிலும் நம் புதிய தலைமுறையையும் நினைத்தால், நெஞ்சு பொறுக்குதில்லை.

ஆசிரியர்கள் சொல்லாமலே வகுப்பறையில் உள்ள கரும்பலகையைப் பராமரிக்க ஒவ்வொரு வகுப்பிலிருந்தும் குழுக் குழுவாக மாணவர்கள் செயல்படுவார்கள். காட்டுக்குச் சென்று ஊமத்தம்பூக்களைப் பறித்து அவற்றோடு தொட்டாங்குச்சிகளை எரித்துக் கலந்து, அக்கலவையைக் கரும்பலகையில் பூசுவோம். மாதம் ஒருமுறை இதுநடக்கும். ஏதோ தன்வீட்டு வேலையைப் பார்ப்பதுபோல் விரும்பிச் செய்வார்கள் மாணவர்கள். இந்தக் காலத் தனியார் பள்ளிகள் மழலையர் வகுப்பில் படிக்கும் குழந்தைகளுக்குப் புதிதொன்றைச் செய்முறை (ஆக்டிவிட்டீஸ்) என்ற திருப்பேர் சூட்டி, மாதிரிக் கட்டிடம் செய்து வா, பென்சிலைச் சீவி விழும் துகள்களைவைத்து ஓவியம் வரைந்து வா, களிமண்ணால் அல்லது செயற்கைக் களிமண்ணால் (கிளே) பொம்மை செய்துகொண்டு வா என்று கட்டளையிடும். ஆனால் சின்னக் குழந்தையால் அதைச் செய்யமுடியாது. பெற்றோர்தான் செய்யவேண்டும் என்பது ஆசிரியர்க்கும் தெரியும். ஆங்கிலப் பள்ளிகளுக்குப் பிள்ளைகளை அனுப்பி விழிபிதுங்கும் பெற்றோர்கள் தான் வீட்டுப்பாடங்களைச் செய்துகொண்டு இருக்கிறார்கள்.

காகிதத்தால் கத்திக் கப்பல், பனையோலையால் காற்றாடி, தென்னங்கீற்றால் வட்டமாகச் சுருள், கெட்டித்தாளால் கத்தி கேடயம், தீப்பெட்டித் தொலைபேசி, அக்கா தங்கைகள் உடைத்துப் போட்ட கண்ணாடி வளையல்களைத் தீயில் காய்ச்சி வளைத்துச் சங்கிலித் தொடர், பழந்துணிகளைச் சுற்றி எறிபந்து செய்தல் என எத்தனையோ கலை நுணுக்க வேலைப்பாடுகளை நாங்கள் அறிந்திருந்தோம். எங்களுக்கு நாங்களே ஆசிரியர்கள். படிக்கும் போதே வாகனங்கள் வைத்திருந்தோம்; ஆமாம், ஒருசக்கர வாகனங்கள். டயர்வண்டி ஓட்டாதவனைப் பார்க்க முடியாது. உடைந்த அண்டாவின் வாய்ப் பகுதியில் உள்ள இரும்புவளையமும் எங்கள் ஒரு சக்கர வாகனம் ஆகிவிடும். கிராமத்தின் தெருக்களில் ஒருவர்க்கொருவர் பந்தயம் வைத்துக்கொண்டு டயர் வண்டியைக் கவட்டைக் குச்சியால் தட்டித் தட்டி விழாமல் ஓட்டவேண்டும். வீதியில் நடப்பவர்கள்மேல் மோதித் திட்டு வாங்கிய அனுபவங்களும் நிறைய உண்டு.

விளையாட்டு வகுப்பில் சடுகுடு, வளையப் பந்து, கால் பந்து விளையாடினாலும், பள்ளிக்கு அருகாமையில் உள்ள மதுரைவீரன் கோவிலில் உள்ள கல்நிலைகளில் தொங்கும் இரும்பு ஊஞ்சல்களில், பூசாரி இல்லாத நேரம் பார்த்து, உட்கார்ந்து ஆடுவதே எமக்குப் பேரின்பம். அடிக்கடி பொதுமக்களின் கண்டனமும், பூசாரியின்

புகாரும், எங்களுக்கு ஆசிரியர்கள் கைச்செங்கோலால் அதாவது வழுவழுவென்றிருக்கும் நாகதாளிப் பிரம்பால் அடிவாங்கிக் கொடுத்திருக்கின்றன. சாமி குத்தம் வரும்டா என ஆசிரியர்கள் எச்சரிப்பதை அதிகம் பொருட்படுத்துவதில்லை. இதுவரை சாமி குத்தம் ஏற்பட்டதாக நினைவில்லை.

சுற்றுவட்டாரக் கிராமங்களுக்கு எம் அமரர்பூண்டி தாய்க் கிராமம். இங்கே மட்டும்தான் ஒரு நடுநிலைப் பள்ளி இருந்தது. வேப்பன்வலசு, கஞ்சநாயக்கன் பட்டி, வத்தக்கவுண்டன் வலசு, பெருமாள் நாயக்கன் வலசு முதலிய ஊர்களில் இருந்து மாணவ மாணவிகள் நான்கு மைல் தூரம் நடந்தே வந்து இங்கு படித்திருக்கிறார்கள். நடப்பதைச் சிரமமாகவே அவர்கள் நினைத்ததில்லை. பள்ளிக்குப் பக்கத்தில் என் வீடு இருந்ததால் பக்கத்து ஊரிலிருந்து வந்து படிக்கும் நண்பர்கள், மதியம் எங்கள் வீட்டில் அமர்ந்துதான் ஒன்றாகச் சாப்பிடுவோம். எல்லோர் வீட்டுச் சாப்பாடும் பகிர்ந்து உண்ணப்படும். இந்த அனுபவங்களை இந்தத் தலைமுறை இழந்துவிட்டதே என வேதனையாக இருக்கிறது.

1983-ஆம் ஆண்டுவரை எட்டாம் வகுப்புத் தேர்வும் அரசு பொதுத் தேர்வாக இருந்தது. தேர்வு மையம் பழனி நகரத்தில் உள்ள நகரவைப் பள்ளி. எட்டாம் வகுப்பு மாணவர்களை பழனிக்கு அழைத்துச் சென்று ஒரு பள்ளியில் ஒரு வாரம் தங்கவைத்துத் தேர்வு எழுதியபின் ஊருக்கு அழைத்து வரும் பொறுப்பை இரண்டு ஆசிரியர்கள் கவனித்துக் கொள்வார்கள். கூட்டாகத் தங்குதல், சேர்ந்து படித்தல், பால்வேறு பாடின்றி மாணவர்கள் நட்புடன் பழகுதல் என்ற அனுபவங்களை அன்றே பெற்றோம்.

எட்டாம் வகுப்பு மாணவர்கள் தேர்வுக்குத் தயாராகும்போது, ஆண்டிறுதியில் எங்கள் பள்ளியிலேயே இரவுப் படிப்பு நடைபெறும். வீட்டில் இருந்து படித்தால் கவனம் சிதற வாய்ப்பு உண்டாகும் எனப் பள்ளியே செய்த ஏற்பாடு இது. ஆளுக்கொரு போர்வை, மண்ணெண்ணெய்க் கைவிளக்கு, புத்தகங்கள் சகிதம் பையன்கள் இரவு எட்டு மணிக்குப் பள்ளிக்கு வருவோம். ஊரில் உள்ள பெரியவர்கள் எங்களைப் பார்த்து, 'என்னடா பட்டிக்குக் காவலுக்குப் பொறப்பட்டாச்சா' என்று கேலிசெய்வார்கள். பள்ளி செல்வதே புதிய அனுபவமாக இருந்த நாட்களை அசைபோடுகிறேன்.

கல்வி அப்போதெல்லாம் எவ்வளவு இனிமையானதாக இருந்தது. கற்றல் எவ்வளவு சுகமாக இருந்தது. ஆசிரியர்கள் நண்பர்கள்போல் பழகிய காலங்கள் மலையேறி விட்டனவா? முதல் மதிப்பெண் பெற்றவரே நல்ல மாணாக்கர் என்ற மாயை எங்களைக் கவ்வாத

அந்தத் திருநாட்கள், எம் பேரக் குழந்தைகளுக்கு இனிக் கிட்டவா போகிறது!

ஆண்டுக்கு ஒருமுறை நடக்கும் ஆண்டுவிழா, பூக்களின் சங்கமமாக அல்லவா இருந்தது. மழைவேண்டி உழவர்கள் ஏங்கும் கதையை ஒராண்டு நாடகமாக்கி இருந்தோம். நாடகத்தின் இறுதிக் கட்டத்தில், நாங்கள் பாடிய அந்தப் பாடலை இன்னும் எங்கள் ஊர்க்காரர்கள் பாடிக்கொண்டே இருக்கிறார்கள்.

'வானம் கறுக்காதா? வண்ணமயில் ஆடாதா?
கானக்குயில் பாடாதா? கம்மாய் நெறையாதா?
கெணறுகடை ஓடாதா? கெழக்குச் சிவக்காதா?
மணக்கும்பூஞ் சோலையிலே மான்கள்நடை பயிலாதா?
மண்ணுறக்கம் கலைப்பதற்கு மழையிங்கே பெய்யாதா?
விண்ணுலக மின்னல்வந்து விளக்காய் வெட்டாதா?

என்று நீண்ட பாடல் அது.

மழைக்கு ஏங்கும் மனமும், நல்ல கல்விக்கு ஏங்கும் மனமும், நல்ல தலைமுறை மலரவேண்டுமே என்று கவலையோடு காத்திருக்கும் மனமும் காலம்காலமாக இருந்துகொண்டேதான் இருக்கும்.

நல்லன எல்லாமும் பொய்யாய்ப் பழங்கதையாய்ப் போகாமல் இருக்க, நம்மால் ஒன்றும் செய்ய முடியாதா?

10

சாதி... சடங்குகளின் சமாதிமேல் ஆடாமல்...

'தொழிலாளிகள்ளாம் வாங்கப்பா.' அந்த இடுகாட்டின் அமைதியைக் கிழித்துக்கொண்டு வந்தது அந்த முதியவரின் குரல். இறந்தவர் ஒருவருடைய உடலைப் புதைத்தபின், வந்த கூட்டம் அந்தக் கிராமத்துச் சலவையாளர் விரித்திருந்த 'மாத்தின்' மேல் (தன்னிடம் சலவைக்கு வந்த சேலைகளைத் திருமணம், பூப்பு நீராட்டு விழா, இறுதிச் சடங்குகளுக்கு வரும் மக்கள் அமர்வதற்காகப் பயன்படுத்தும்போது அவை மாத்தாகப் படிநிலை மாற்றம் பெறும்.) உட்கார்ந்தது.

வேலை செஞ்ச தொழிலாளிகள்ளாம் வரிசையா வாங்கப்பா. மயானக் காசை வாங்கிக்குங்க. ஊருக்குள் தாழ்த்தப்பட்டவருள் ஒருவர் எல்லோருக்கும் காசினை வாங்கிக்கொடுப்பதற்காக பெரியவர்முன் நின்று கொண்டிருந்தார்.

'பாடை கட்டியவங்க வாங்க. இந்தா ஆளுக்கு ஒன்னேகால் ரூபா... குழிதோண்டனவங்க வாங்க... இந்தா நாலு பேருக்கு அஞ்சுரூபா... சங்கு ஊதுனவரு எங்கே... வாங்க... வாங்க... பிடிங்க ஒன்னேகாலை... அப்பறம்... சேதி சொல்லப் போனவங்க ஆரு... ஓ... இப்பத்தேன் செல்லு வந்தபெறகு அந்த வேலை இல்லேல்ல... அம்புட்டுத்தேன்... எல்லார்க்கும் திருப்திதான...' கூலிப் பட்டுவாடா முடிந்தது. எல்லோரும் கிளம்பி விட்டார்கள் இடுகாட்டைவிட்டு. கூலித்தொழிலாளருள் ஒருவர் பிணத்துக்குப் போர்த்தப்பட்டு, பின் எடுத்துவைக்கப்பட்ட கோடித்துணியை எடுத்துக்கொண்டிருந்தார்.

'என்னங்க நடக்குது இங்க... எந்த நூற்றாண்டுல இருக்கீங்க... நாள்முழுக்க வேலை செஞ்சவுகளுக்கு ஒன்னேகால் ரூபா கூலியா?' உறவினர் ஒருவரிடம் கேட்டேன்.

'கூலி தனியாக் குடுத்தாச்சு மாப்பிள்ளை... மயானக் காசுங்கறது இன்னின்ன சாதியைச் சேந்த தொழிலாளிக்கு இன்னின்ன வேலை... அதுக்கு அந்தக் காலத்து 'குடுத்த கூலி ஒன்னேகாலுரூபா. அந்தச் சடங்கை இந்தக் காலத்திலும் விடாமச் செஞ்சுக்கிட்டு வராங்க.'

எல்லாம் படிச்சு முன்னேறிய காலத்துல இந்தச் சடங்குகளச் செய்யறதுக்குத் தொழிலாளர்கள் வர்றாங்களா? அதக் கேவலமா நெனைக்க மாட்டாங்களா?

எதோ சில பேர் படிச்ச பயக மாறிட்டாங்க... ஆனா இந்தக் கிராமத்துல ஆதிக்கச்சாதி மக்களைச் சார்ந்தே வாழ்க்கை நடத்தும் சிலரால், அவர்களே நினைத்தாலும் சாதியையும் சடங்குகளையும் விடமுடிவ தில்லை.' என்றார் உறவினர்.

'சாதியப் படிவங்களால் ஆனது சமூகம். சாதியம் என்பது ஒரு கொடுமையான சமூகநெறி' என்பார் அறிஞர் தொ. பரமசிவன். 'சமூகம் எப்போதும் வர்க்கங்களை உள்ளடக்கியது... வர்க்கமும் சாதியும் அடுத்தடுத்துள்ள அண்டைவீட்டுக்காரர்கள். அவற்றைப் பிரித்து நிற்பது மிகச் சிறிய இடைவெளி. சாதி என்பது அடைபட்டுள்ள ஒரு வர்க்கமே.' என்பார் அம்பேத்கார்.

சாதியைத் தக்கவைத்துக்கொள்ள நடக்கும் சடங்குகளைப் புறக்கணிக்கப் பெரும்பாலோர் தயங்குகின்றனர். இன்னும் கிராமங்களில் ஆதிக்க இனத்துக்குத் தொண்டாற்றும் தொழிலாளர்களும் சடங்குகளில் பங்குபெற்றுப் பணியாற்ற மறுக்க முடிவதில்லை... மறுத்தால் அங்கே வாழ முடிவதில்லை.

> 'சாதி உயர்வென்றும் தனத்தால் உயர்வென்றும்
> போதாக் குறைக்குப் பொதுத்தொழிலாளர் சமூகம்
> மெத்த இழிவென்றும்....' (பாவேந்தர்)

கருதும் மனப்போக்கு இன்னும் மறையவில்லை; மடியவில்லை.

செய்யும் தொழில், தொல்குடி அமைப்பின் மிச்ச மீதிகள், பிழைப்புத் தேடி வெளியேறல் ஆகியவற்றையே கருப்பொருளாகக் கொண்டே இந்தியாவில் உள்ள பல்வேறு சாதிகளும் உருவாக்கப்பட்டன என்பது மேனாட்டார் கருத்து. நால்வருணப் பாகுபாட்டால் இன்னின்னார்க்கு இன்ன தொழில் என்று வரையறுக்கப்பட்டுவிட்ட சமூகம் இது.

'தீண்டப்படாதவர்கள் வரலாறு' சொல்லவந்த அம்பேத்கார், 'தீட்டு முத்திரை அவனது நெற்றியில் பதிக்கப்பட்டுள்ளது. அவனது குருதி நாளங்களில் ரத்தம் ஓடுவதுபோல், அந்தக் கறை அவனிடம் உள்ளார்ந்து பொதிந்திருக்கும். இந்தியர்களின் பார்வையில் இழிந்தவனாக, மதிப்பற்றவர்களாகக் காட்சியளிக்கும் அவன், தான் செய்ய வேண்டியிருக்கும் தொழில்கள் காரணமாக மேலும் இழிந்தவனாக, அற்பனாக, நிந்தனைக்குரியவனாக ஆகிறான்' எனக் கூறுகிறார்.

'குலத்தொழிலைச் செய்யமாட்டோம்' எனக் குமுறி எழுந்தால் ஒழிய இந்த இழிநிலை மாறாது. 'சடங்குகள் செய்விக்க வரமாட்டோம்' எனச் சீறி எழுந்தால், தமக்குத் தாமே பூட்டிக்கொண்டிருந்த விலங்குகளை நொறுக்கலாம். சாதியையும் சடங்குகளையும் விடாது பிடித்துக் கொண்டிருப்போருக்கு, வள்ளலார், பெரியார், பாரதி, பாவேந்தர், அயோத்திதாசர், அம்பேத்கார், நம் சித்தர்கள்... எனத் தொடரும் சமூகப் போராளிகளின் குரல் கேட்கவே இல்லையா? ஆன்மிகம் பேசிய சித்தர்களுக்குள் இருந்தே பிறந்த, 'சாத்திரக் குப்பையைத் தள்ளுடா தள்ளு' என்ற சீற்றம் புரியவில்லையா?

நம் தமிழகத்தில் அறிவுக்கு ஒவ்வாத சடங்குகள் ஏராளம். கண்ணுக்குத் தெரியாத தீட்டு என்பதைக் கழிக்கிறேன் என்று, முப்புரி நூலோர் செய்த சதியே, சடங்குகளுக்குப் பிறப்பிடமாக அமைந்துவிட்டது. உடல் இயற்கை நிகழ்வான பெண்கள் பூப்பெய்தலை இன்னும் சிலர், தெருவெல்லாம் பதாகை நாட்டி விளம்பரப்படுத்தி விழாக் கொண்டாடுகிறார்கள். அவ்விழாவில் பெண்ணுக்கு அதிரசங்களால் ஆரத்தியும் நலுங்கும் எடுத்து, அந்தப் பலகாரங்களை ஒரு சலவைத் தொழிலாளருக்குத்தான் கொடுக்கவேண்டும் என்ற எழுதா விதியைக் கடைப்பிடிக்கிறார்கள்.

புதுமனை கட்டிய உழைப்பாளர்களை ஓரம் கட்டிவிட்டு, புரோகிதர் களுக்குப் பல்லாயிரம் செலவுசெய்து 'தீட்டு' கழிக்கிறார்கள். உருவம் இல்லாத தீட்டினைப் பசுவின் கோமியத்தால் விரட்டும் வல்லமை நம் ஊர் அறிவியலாளர் புரோகிதருக்கே என நம்புவோரை என்ன சொல்லித் திருத்துவதென்று இன்னும் புரியவில்லை. மேற்சாதி என்று சொல்வோர் பூணும் முப்புரி நூலைச் சில இனத்தார் தாமும் அணிந்து கொண்டு, தம் அடிமைத்தனத்தைப் பெருமையாகக் கருதுவோர்கள் எப்போது கண் திறப்பார்கள்?

சாதி, தீண்டாமை போன்ற கருத்தாக்கங்கள் தோன்றிக் காலூன்றியதற் கான காரணங்களாக 1. புனைதல் 2. போலச்செய்தல். 3. திரிபுபடுத்தல், 4. திரும்பத் திரும்பச் சொல்லுதல்/செய்தல், 5.

காலத்தால் பழமையானது என நம்பவைத்தல் ஆகியவற்றைக் குறிப்பிடுவார். 'அவர்கள்' முப்புரி நூல் அணிந்தால் நாமும் அணிய வேண்டுமா? கனகலிங்கத்தைப் பிராமணன் ஆக்குகிறேன் என அவருக்குப் பாரதி பூணூல் அணிவித்ததில் எனக்கு உடன்பாடில்லை. நந்தனார் தீக்குளித்துப் புனிதராகித் தில்லைக் கோயிலுக்குள் நுழைந்தார் என்பது அருமையான புனைவு என்பது நமக்குத் தெரியாதா?

சாதியின் பெயரால் அடங்கி இருந்தவர்கள் எதிர்ப்புக் குரல் எழுப்பவே இல்லையா என்ற வினா எழுவது இயல்பே. நாட்டுப்புறப் பாடல்களில் உழைப்போரின் ஆதங்கம் பதிவாகி இருக்கிறது.

காலமெல்லாம் கொடுமைசெய்த நிலக்கிழார் இறந்துவிட்டார். இடுகாட்டுக்கு அவரைச் சுமந்து செல்லும்போது, தம் மகிழ்ச்சியை வெளிப்படுத்துகிறார்கள் பாடல்மூலம்.

'ஈச்ச நல்ல மரத்தை வெட்டி
அந்த இருஞ்சூடு நாக்கருக்குப் பாடைகட்டி
பாட மேல தூக்கி நாங்க
பாட்டாளிப் பெண்களெல்லாம் பாத்து ரசிப்போம்.'
'ஆல நல்ல மரத்தை வெட்டி,
அந்த ஆலங்குடி நாக்கருக்குப் பாடகட்டி
பாட மேலே தூக்கி வச்சு
பாட்டாளிப் பெண்களெல்லாம் பாத்து ரசிப்போம்.'

(நன்றி. ஆ. சிவசுப்பிரமணியம்)

அந்த நிலக்கிழார் எவ்வளவு கொடுமை செய்திருந்தால், உழைக்கும் பெண்கள் இப்படிப் பாடி மகிழ்வை வெளிப்படுத்தி இருப்பார்கள்!

ஆதிக்கச் சாதியினர் நாட்டார் இலக்கியங்களையும் திரித்து எழுதி வைத்துள்ளார்கள். மதுரைவீரன் கதை அனைவருக்கும் தெரியும். அருந்ததியர் வீட்டில் பிறந்த வீரப்பன் என்ற வீரையன், கொலையுண்டு மடிகிறான். பின் தெய்வமாக வழிபடப்படுகிறான். மாண்டுபோன முன்னோர்களே சிறுதெய்வங்கள் என்பது அனைவரும் அறிந்ததே. இதில், பல திரிபுகள் நுழைக்கப்பட்டதை ஆய்வர்கள் சுட்டுகிறார்கள். 1. காட்டில் விடப்பட்ட காசிமன்னனின் குழந்தையே மதுரைவீரன். அதை எடுத்து வளர்ப்பவள் அருந்ததிப் பெண். 2. சிவனின் வியர்வையில் தோன்றிய வீரபத்திரரே மதுரைவீரன். 3. முருகனின் தளபதி வீரபாகுத்தேவர்தான் பார்வதியின் சாபத்தால் மதுரைவீரனாகப் பிறக்கிறார்... கதைகளில்கூடக் கடைநிலை மாந்தர்கள் ஏற்றம் பெற்றுவிடக் கூடாது என, 'மேலோர்' நினைத்திருக்கிறார்கள்.

காத்தவராயன் கதையில், தலித் (பறையர்) இன காத்தவராயன் தன் உறவில் ஒருத்தியை மணக்கிறான். பட்டரின் மகள் ஆரியமாலா காத்தவராயனைக் காதலிக்கிறாள். பிராமணர்கள் மன்னரிடம் புகார் கொடுக்கிறார்கள். காத்தவராயன் கழுவில் ஏற்றிக் கொல்லப்படு கிறான். அவனுடைய உறவினர்கள் காத்தவராயன், முதல் மனைவி, பட்டர் மகள் ஆரியமாலை ஆகியோரின் சிலைகளை நிறுவி வழிபடு கிறார்கள். தாழ்த்தப்பட்டவனைத் தெய்வமாக வணங்க விடலாமா எனச் சிந்தித்த மேலோர் ஒரு புதிய புனைவைச் செய்தார்கள். தேவலோக நந்தவனத்தில் காவலராக இருந்த காத்தவராயன், ஏழு கன்னியர் விட்ட சாபத்தால் தாழ்த்தப்பட்ட குலத்தில் பிறந்தான். தேவ கன்னியருள் ஒருத்தி ஆரியமாலை. காத்தவராயனைத் தேவமைந் தனாக்கி மகிழ்ந்திருக்கிறார்கள்.

ஆனால் கடைநிலை மனிதனின் எதிர்ப்புக் குரலையும் ஆளுமையையும் முத்துப்பட்டன் கதையில் பார்க்கமுடிகிறது. ஆரிய நாட்டில் அந்தணர் குடும்பத்தில் பிறந்தவன் முத்துப்பட்டன். காட்டில் வாலப்பகடை என்ற அருந்ததியர் மகள்களான பொம்மக்கா, திம்மக்கா ஆகியோரைச் சந்திக்கிறான். காதல் கொள்கிறான். பெண்களை மணம்செய்து கொள்கிறேன் என வாலப்பகடையிடம் முத்துப்பட்டன் கேட்கிறான். உயர்குலத்தைச் சேர்ந்த உனக்கு என் பெண்களை மணம்செய்து கொடுக்க முடியாது என்று வாலப்பகடை கூறுகிறான். மணம் செய்தால் இவர்களைத்தான் மணப்பேன் என்று பிடிவாதமாக நிற்கும் முத்துப்பட்டனுக்குச் சில நெறிமுறைகளை விதிக்கிறார் வாலப்பகடை.

'நாற்பது நாளைக்குள் முப்புரிநூலும் குடுமியும்
மெய்யுடன் அறுத்தெறிந்து எங்களைப்போல்
ஒப்புடன்நீர் செருப்புக்கட்டி வந்தாக்கால்
எப்படியாகிலும் மக்களைக் கைப்பிடித்துத் தாரேன்.'

அந்தணர்குல அடையாளங்களைத் துறந்து, முப்புரிநூல் குடுமிகளை அறுத்துவிட்டு, அருந்ததியர் போல் செருப்புத் தைத்து வந்தால் மகள்களைத் திருமணம் செய்துகொடுக்கிறேன் என்ற வாலப்ப கடையின் ஆணையேற்று, முத்துப்பட்டன் செருப்புத் தைக்கக் கற்றுக்கொண்டு செருப்புகளோடு வந்து மணம் முடிக்கிறான்.

பாவேந்தர் படைத்த புரட்சிக்கவி உதாரன் தன்னைக் காதலிக்கும் மன்னன் மகளான அமுதவல்லியைப் பார்த்து, 'காதல் நெருப்பால் கடலுன்மேல் தாவிடுவேன் / சாதிஎனும் சங்கிலிஎன் தாளைப் பிணித்ததடி' எனக் காதலுக்குத் தடையாக நிற்கும் சாதியைக் குறிப்பிடுகிறான்.

காலம்காலமாகக் கனிந்து, வளர்ந்துகொண்டிருக்கும் காதலுக்கு இன்னும் சாதி தடையாக இருப்பதால், ஆணவக்கொலைகளுக்கு ஆளாகும் நெஞ்சங்களின் எண்ணிக்கை வளர்ந்துகொண்டே இருக்கிறது. எங்கும் சாதி; எதிலும் சாதி... சாதி என்பது சமூகத்தின் ஒரு வகுப்பு என்பார் அறிஞர் நெஸ்பீல்டு. பிறப்பொக்கும் எல்லா உயிர்க்கும் என்பதை உலகுக்கு அறிவித்த நாம் பழமையில் உழன்று கொண்டிருக்கிறோம்.

சாதிமத வெறியைத் தூண்டிவிடும் அரசுகள், பதவிக்காக மனிதநேயத்தைப் பலிவாங்கும் அரசுகள், இனியாவது புதியதோர் உலகம் செய்யப் புறப்பட வேண்டும். சாதியின் பெயரால் மக்களைத் துண்டாடும் சதிகளை முறியடிக்கும் மகத்தான பணி, முற்போக்காளர் களின் முன் நிற்கிறது. தேர்தலில் சாதியையும் மதத்தையும் கூறிப் பரப்புரை செய்யக் கூடாது என இந்தியாவின் உச்சநீதி மன்றம் ஜனவரி 2017ல் ஆணையிட்டிருக்கிறது. ஆனால் இந்தியாவில் உச்சநீதி மன்றத் தீர்ப்புகளை எவரும் மதிப்பதில்லை என்பதை ஆதார் அட்டை, காவிரிப் பிரச்னை வழக்குகளில் பார்த்துக் கொண்டுதானே இருக்கிறோம்.

ஆனால் சமூகப் போராளிகளுக்குச் சலிப்பென்பது இல்லை. போராடிப் போராடிப் புதிய உலகத்தைக் காணாமல் நாம் ஓயப்போவதில்லை. சாதிகளுக்கும் சடங்குகளுக்கும் சமாதி சமைத்து அதன்மேல் நின்று ஆடுவோம்.

11

தூங்காமல் தூங்கிச் சுகம்பெறுவது எக்காலம்?

தூக்கத்தைப் பற்றி எண்ணும்போது நம் நினைவைத் தட்டுவது, 'தூங்காதே தம்பி தூங்காதே' என்ற பட்டுக்கோட்டையாரின் வரிகள்தான். 'தூக்கம் என் கண்களைத் தழுவட்டுமே' என்று கண்ணதாசனும் கேட்பது புரிகிறது. நீங்கள் தூங்கப் போவதற்குமுன் சிந்தித்துப் பாருங்கள், தூக்கம் என்பது மனிதனுக்கு இயற்கை கொடுத்த வரம் என்பது புரியும். பணிகளில் உழன்று நினைவுகள் கலங்கி, வாழ்க்கைப் படகை வறுமை அலைமேல், குடும்பம் காத்து, குழந்தைகள் பேணி, கல்விக்காக மிகுபொருள் இழந்து, நாளையை நினைத்து நடுங்கிச் செத்து, ஏதோ வாழ்வோம் என்ற முனைப்பில் இருக்கும் நடுத்தட்டு மனிதனுக்குத்தான் தெரியும், தூக்கத்தின் அருமை.

சூரிய வெக்கையில் காய்ந்த உடம்பைச் சுளுக்கெடுக்க வேண்டாமா? எந்திரங்களுக்குக்கூட ஓய்வு இருக்கும்போது உயிரோடு உலவும் மாந்தனுக்குத் தூக்கஓய்வு கட்டாயம் வேண்டுமல்லவா?

தூங்கினால்தானே உடல்நலம் பெருகும்! ஆனால் 'தூங்காமல் தூங்கிச் சுகம்பெறுவது எக்காலம்' என்று சித்தர் பத்திரகிரியார் பாடியிருக்கிறாரே! ஆன்மிகவாதிகள் இறைவனை நினைந்தபடி ஒரே சிந்தனையில் இருப்பதை இப்படிச் சொன்னார்களோ என்னவோ! ஆனால் மகாபாரதத் தொன்மத்தில் வரும் ஒரு காட்சி, 'அறிதுயில்' பற்றிச் சொல்கிறது. கண்ணனைப் போர்த்துணையாகக் கேட்பதற்கு துரியோதனனும் அருச்சுனனும் வருகிறார்கள். முதலில் வந்த அருச்சுனன் தூங்கிக்கொண்டிருந்த கண்ணனின் (எந்த நேரமும் தூக்கம்தானா? பாம்பணைமேல் பள்ளிகொள்வதே முழுநேரப் பணியா? எனப் பலர் கேட்பது புரிகிறது.) கால்மாட்டில் அமர்கிறான். அடுத்து வந்த துரியோதனன் இறுமாப்போடு தலைமாட்டில் அமர்கிறான்.

விழிப்போடு தூங்கிக்கொண்டிருந்த கண்ணன் கண்விழித்து முதன் முதலாகப் பார்த்த அருச்சுனனுக்கு உதவி செய்வதாக உறுதி அளிக்கிறான்.

இதென்ன விந்தை! சில மாணவர்கள் வகுப்பிலேயே அறிதுயில் கொள்வது இயற்கைதானே என நினைக்கத் தோன்றுகிறது அல்லவா? நண்பர் ஒருவர் சொன்னார், 'வள்ளுவரும் 'தூங்குக' எனச் சொல்லியிருக்கிறார் என்றார்.

'தூங்குக தூங்கிச் செயற்பால தூங்கற்க
தூங்காது செய்யும் வினை.'

என்ற குறளுக்கு 'நிதானமாகச் செய்யவேண்டிய செயல்களை நிதானமாகச் செய்யவேண்டும். உடனே செய்யவேண்டிய செயல் களைச் சோம்பலின்றி உடனே செய்து முடிக்கவேண்டும் 'என்று விளக்கவேண்டியதாகி விட்டது.

கவலைகளே இல்லாதவர்களால்தான் நிம்மதியாகத் தூங்கமுடியும் என்றால் நம்மில் 90 விழுக்காட்டினர் தூங்கமுடியாது. சிற்றூர் நடுவே உள்ள ஆலமரமோ குடைச்சீத்த மரமோ அரசமரமோ, வந்து பாருங்கள் எத்தனை மக்கள் உலகத்தையே மறந்து தூங்கிக் கொண்டிருப்பார்கள் என்பது புரியும். நகர்ப் புறத்தில் பணிக்குச் செல்லும்போதும் திரும்பும் போதும் பேருந்துகளில், மின்தொடர் வண்டிகளில் தன்னை மறந்து தூங்கும் தங்கமகன்களைப் பார்க்கமுடியும். நீண்ட பயணங்களில் தூங்குவதற்கு வசதியான இருக்கை தேடித்தான் நானும் பயணம் செய்வது வழக்கம். கிடைக்கும் அந்த ஓய்வு, இரவில் விழித்துப் படிக்கத் துணைசெய்யும் அல்லவா? நின்றுகொண்டே தவம்செய்யும் நண்பர்களுக்கும் பஞ்சமில்லை. உருண்டு விழுந்தால் கூவத்துக்குள் தான் விழவேண்டும் என்ற நிலையிலும் சிறிய பாலத்தின் மேல் தூங்கும் அசகாயசூரர்களைப் பார்த்து வியந்திருக்கிறேன்.

அமர்ந்த கோலத்தில் தூங்கும் அலுவலர்கள் நிறைந்த நாடு நம்நாடு. அதனால்தான் கோப்புகளும் அறிதுயிலில் மூழ்கிவிடுகின்றன. செல்வங்கள் இருந்தும் வசதிகள் இருந்தும் தூக்கம் வராமல் தொல்லைப்படுவோர்கள் ஏராளம். உளவியல் மருத்துவர்கள் உறக்கம் வருவதற்குப் பல கருத்துகளை முன்வைக்கிறார்கள்.

தூக்கம் வராமல் அவதிப்படும் என் நண்பர் ஒருவருக்கு, 'ஒன்றில் இருந்து எண்ணிக்கொண்டே படுங்கள். விரைவில் தூக்கம் வரும்' என்று மருத்துவர் பரிந்துரைத்தார். இரண்டுநாள் கழித்து அவரைப் பார்த்துக் கேட்டேன், 'என்ன, தூக்கம் நன்றாக வருகிறதா?', அவர் சொன்ன விடையால் ஆடிப்போய்விட்டேன். 'நீங்க வேற, படுக்கப் போறபோது ஒன்றிலிருந்து எண்ணத் தொடங்கினேனா, காலைவரை 176000 கோடி எண்ணிமுடித்துவிட்டேன். தூக்கம் வந்தபாடில்லை.' என்றார். ஏன் என்பதை சிக்மண்ட் பிராய்டுதான் விளக்கவேண்டும்!

அண்மையில் மிக்கெல் கிரவுச் என்ற எழுத்தாளர் ரீடர்ஸ் டைஜஸ்டு 2016 ஜூன் இதழில் தூக்கம் வருவதற்காகச் சில கருத்துகளை எழுதியிருந்தார். எட்டுமணிநேரம் தூங்க வேண்டிய கட்டாயம் இல்லை. அடுத்தநாள் காலை சுறுசுறுப்பாக இருக்கும் அளவு தூங்கினால் போதுமானது. வாழ்நாள் முழுதும் அவர் ஒரு நாளில் ஆறரை மணிநேரமே தூங்குவாராம்.

தொலைக்காட்சி பார்த்துக்கொண்டே இருந்தால் தூக்கம் தானாக வருமாம். (நம் ஊர்த் தொலைக்காட்சித் தொடர்களை அவர் பார்த்திருப்பாரோ? என் நண்பர் ஒருவர் இப்படித்தான் தொலைக்காட்சி பார்த்துக் கொண்டிருக்கும்போது தூங்கிவிடுவார். தொலைக் காட்சியை நிறுத்தினால் விழித்துக்கொள்வார். என்ன கொடுமையிது என்றே பார்க்கவேண்டியிருக்கிறது!) சிலருக்கு இசையைக் கேட்டுக் கொண்டே தூங்கினால் தூக்கம் வருமாம்.

தனக்கு அருகில் படுத்திருப்பவர் குறட்டைவிடக் கூடியவராக இருந்தால் தூங்கமுடியாதவர்கள் இருக்கிறார்கள். அலைபாயும் மனதை அடக்க, அடுத்தநாள் என்ன என்ன பணிகள் செய்யவேண்டும் என்று சிந்தித்துக் கொண்டே படுத்துப் பார்த்தால் தூக்கம் வருமாம். ஆடையின்றிப் படுப்பது தூக்கத்துக்கு நல்லது. (நம் பண்பாட்டுக்கு இது ஒத்து வருமா?)

வயிறு அழுந்தும்படி படுத்தால் கழுத்திலும் தண்டுவடத்திலும் வலி ஏற்படும். முதுகு படுக்கையில் படும்படி உறங்குங்கள். முழங்காலுக்குக் கீழ் ஒரு தலையணை வைத்துக் கொள்ளலாம்.

நண்பர் ஒருவர் மிக எளிமையான கருத்தைச் சொன்னார், 'கனமான புத்தகத்தை எடுத்துப் படிக்கத் தொடங்குங்கள். தூக்கம் வராவிட்டால் என்னைக் கேளுங்கள்.' புத்தக வாசிப்பில் இப்படியொரு பயன் இருப்பதை அறிந்து வியந்துவிட்டேன்.

எனக்குப் புரியாத புதிராக இருப்பவற்றை இறுதியில் சொல்லியாக வேண்டும். சட்டப் பேரவைத் தேர்தல் நாளன்று சென்னையில் ஐம்பது விழுக்காட்டினர் வாக்களிக்க வராமல் தூங்கி விட்டார்களே, அது எப்படி?

நாட்டில் இருக்கும் எல்லா வங்கிகளிலும் கோடிகோடியாகக் கடன் வாங்கிய மல்லையாக்களுக்கு நல்ல தூக்கம் எப்படி வரும்?

வெற்றிபெற்றவுடன் தொகுதிப் பக்கமே ஐந்தாண்டுகளுக்கு எட்டிப் பார்க்காத சட்டமன்ற உறுப்பினர்களுக்கு எப்படித் தூக்கம் வருகிறது?

ஆணவக் கொலைபுரிந்து பெற்ற மகளையோ அவள் காதலித்துக் கைப்பிடித்த காதலனையோ பலிகொடுக்கும் கொடுமைக்காரர்களுக்கு எப்படித் தூக்கம் வருகிறது?

தெரிந்தால் சொல்லுங்களேன்!

12

ஓய்வுக்குப் பின்னே...

'வங்கி வேலையை விட்டு ஓய்வாகிட்டீங்க. இப்ப என்ன செஞ்சுக்கிட்டு இருக்கீங்க?'... திருமணவிழா ஒன்றில் சந்தித்துக் கொண்ட நண்பர் ஒருவர் கேட்டார்.

'சும்மாதாங்க இருக்கேன். புத்தகங்களப் படிச்சுக்கிட்டு... எழுதிக்கிட்டு... பொழுது நல்லாவே போகுது...' என்றேன். அவர் ஒப்புக்கொள்வதாக இல்லை. 'பொய் சொல்றீங்க. வேற வேலைக்குப் போறீங்களா... இல்ல ஏதாச்சும் ஏபாரம் பண்றீங்களா?' கடைசிவரை பணம் ஈட்டும் தொழில் செய்தாகவேண்டும் என்ற மனப்பாங்கில் அவர் பேசிக் கொண்டே இருந்தார்.

ஏன் மனிதர்கள் எப்போதும் பணத்தை மட்டுமே சிந்திப்பவர்களாக மாறிப்போனார்கள்? தேவைகளுக்கான பொருள் என்பது மாறி, பொருள்களுக்காக மனிதர்களைத் தேடும் சந்தை வந்ததில் இருந்தே மனிதர்கள் தேடிக்கொண்டே இருக்கிறார்கள் பணத்தை. இன்னும் தனக்கு வயதாகவில்லை என மெய்ப்பிப்பதற்குச் சிலர் படும்பாடு இருக்கிறதே. அதைச் சொல்லி மாளாது.

பணிநிறைவு விழாவில் நண்பர் எவராவது, 'உங்களைப் பார்த்தால் ஓய்வுபெறும் வயது ஆனதுபோல் தெரியவில்லையே. ஒரு ஐம்பதுதான் மதிக்கலாம்' என்று பேசியிருப்பார். அவர் பனிமலையைத் தன்மேல் வைப்பதைப் புரிந்தாலும், இனம்புரியாத மகிழ்ச்சியில் திளைப்பார். நேற்றுவரை மாமா என்று அழைத்தவர்கள் திடீரென்று தாத்தா என்று கூப்பிட்டால் நெஞ்சுக்குள் ஒரு கோபம் பொங்கும். வெளியில் காட்ட

முடியாதே! இந்தக் காலத்துக் குழந்தைகள் தலையைப் பார்த்தே, மாமாவா? இல்லை தாத்தாவா என இனம்கண்டு கொள்கிறார்கள்.

முதுமையின்மேல் அப்படி என்ன வெறுப்பு? 'உங்களுக்கு என்ன வயது? பல் ஆடாமல் இருக்கிறதா? இருபுறங்களிலும் மென்று தின்ன முடிகிறதா?' என்று வயதானவர்களைக் கேட்டறிவதால் அறிவுடையோர் உடல்வலிமையை நிலையானது எனக் கருதமாட்டார்கள் '(பருவம் எனைத்துள? பல்லின்பால் ஏனை/ இருசிகையும் உண்டிரோ? என்று வரிசையால் / உண்ணாட்டம் கொள்ளப் படுதலால் யாக்கைக்கோள் / எண்ணார் அறிவுடை யார்.') என்று நாலடியார் கூறுகிறது.

ஆனால் மனதளவில் இளமையாக இருப்பதே வாழ்க்கையை இனிமையாக்கும். நான்தான் பெரியவன் என்று இளைஞர்களைவிட்டு ஒதுங்கி இருக்க வேண்டாமே! புதிய தலைமுறையை ஈர்க்கும்படி பேசலாம்; அவர்கள் திறமையை அறிந்து அவர்கள் என்ன திசைவழிச் செல்லவேண்டும் எனச் சொல்லலாம்;(மறந்தும் அறிவுரை சொல்லத் தொடங்கிவிட வேண்டாம். பிறகு நம் தலையைக் கண்டாலே வேறு திக்கில் ஓடத் தொடங்கிவிடுவார்கள்.) ஆங்கிலக் கவிவரி ஒன்று நினைவுக்கு வருகிறது. 'குற்றம் காணும் முதுமையும், இளமையும் சேர்ந்து வாழமுடியாது.' (crabbed age and youth can't live together.)

தன்னை ஒத்த வயதுடையோர்களோடு மனம்விட்டுப் பேசலாம்; நடைப் பயிற்சி செல்லலாம். (ஆனால் நலம் உசாவல் என நினைத்துக் கொண்டு, உங்களுக்குச் சக்கரை எவ்வளவு? ரத்த அழுத்தம் எவ்வளவு? எனக் கேட்டு நடமாடும் மருத்துவர்களாக மாறும் நண்பர்களைத் தவிர்க்கலாம். கூடாநட்பு பற்றித்தான் உங்களுக்கு நன்றாகத் தெரியுமே!) பேரன் பேத்திகளோடு சமமாக விளையாடலாம். குழந்தையாக மாறிக் கொஞ்சலாம். நம் அறிவுத்திறனைக் காட்டுவதாக நினைத்துக் கொண்டு பேசத் தொடங்கினால், 'இந்தத் தாத்தா சுத்த அறுவை என இதுவரை நீங்கள் வாங்கியிராத, பட்டமளிப்புவிழாவுக்குப் போகாத பட்டத்தைக் கொடுத்துவிடுவார்கள்.

இதுவரை எவர்முன்பும் குனிந்ததில்லை என்ற இறுமாப்பைத் தூக்கி எறிந்துவிட்டு, ஆனையாக மாறி உங்கள் பேரக் குழந்தைகளுக்கு அம்பாரிவையுங்கள். (தலைமைக்கு முன் குனிந்தே பழக்கப்பட்ட அலுவலர்கள், சில அரசியல்வாதிகளுக்கு இந்தப் பயிற்சி மிக எளிதாக வரும்.) ஓய்வுக்குப் பின்பும் அலுவலகத்தில் இருப்பதுபோல் வீட்டிலும் அதிகாரம் செய்வதைத் தவிர்க்கலாம். (பழைய திரைப்படம் ஒன்றில், பெயர் மறந்துவிட்டது... அதற்கும் வயதானதுதான் காரணம். S.V. சுப்பையா அவர்கள் ஓய்வுபெற்றபின்னும் வீட்டில் இருந்து கொண்டு அழைப்புமணியை அடித்துக் கொண்டிருப்பார்.

முதுமை என்பது தவிர்க்க முடியாதது; மரணம் என்பது பிறந்த அன்றே உறுதிசெய்யப்பட்டது. என்றேனும் ஒருநாள் தனக்கான பறையோசை ஒலிக்கத்தான் போகிறது. 'நாளைத் தழீஇம் தழீஇம் தண்ணம் படும்' என்ற நாலடியார் சொல் நடக்கத்தான் போகிறது. அதுவரை வாழ்வோம் இனிதாய் என்பவர்க்கு மரணபயம் இல்லையே!

முதியவர்கள் வாழும் ஊர் இனிதானது என்கிறது இன்னா நாற்பது. (மன்றின் முதுமக்கள் வாழும் பதி இனிதே.)

மூத்தோர் இல்லாத அவை பாழ் என்கிறது நான்மணிக்கடிகை. (இருந்த அவைக்குப் பாழ் மூத்தோரை இன்மை.)

மூத்தோருக்குத்தான் நாட்டுநடப்பும் நீதிசொல்லும் திறனும் இருக்கும். இந்தச் சிறுவன் எப்படி நம் வழக்கைத் தீர்க்கப் போகிறான் என்று அரசவைக்கு வந்த இருவர் மயங்கிப்போய் நின்றதை அறிந்த கரிகாற்சோழன், அவர்களைக் காத்திருக்கச் சொல்லிவிட்டு வெளியேறினான். நரைமுடிசூடி வயதானவர்போல் ஒப்பனைசெய்து கொண்டு வந்து வந்தவர்களின் வழக்கை ஆய்ந்து தீர்ப்புச் சொன்னானாம் கரிகாலன்.

ஆங்கிலேய நீதியரசர்கள் செயற்கையாகப் புனைந்த முடியைச் சூடி (விக்) வழக்கு மன்றத்தில் அமர்ந்திருப்பதைத் திரைப்படத்தில் பார்த்திருக்கிறோமே. கரிகாற்சோழன்தான் அதற்கு முன்னோடியா என எனக்குத் தெரியாது.

'உரை முடிவு காணான்; இளமையோன்!' என்ற
நரை முது மக்கள் உவப்ப, நரை முடித்து,
சொல்லால் முறை செய்தான், சோழன்;-குல விச்சை
கல்லாமல் பாகம் படும்.

-என்ற பழமொழி நானூறு இந்தக் கதையைச் சொல்கிறது.

இன்னா இளமையில் மூப்புப் புகல்,என்கிறது இன்னா நாற்பது. இளமையில் வாழ்வின்மேல் பற்றில்லாமலோ, கெட்டபழக்கங் களால் உடல் நலத்தைக் கெடுத்துக்கொண்டோ வாழ்பவர்கள் இளமையிலேயே முதுமையை வரவழைத்துக் கொண்டவர்கள்.

நேரம் காலம் பாராமல், எடுக்கவேண்டிய விடுமுறையை எடுக்க முடியாமல், முதலாளி சொல்லைத் தட்டினால் வேலைக்கே வேட்டு வைத்துவிடுவார்கள் என்று குனிந்த தலை நிமிராமல், உரிமையைக் கேட்கும் தொழிற்சங்கம் அமைக்க வழியில்லாமல் வாடிக் கொண்டிருக்கும் கணிப்பொறியில் காலைமுதல் இரவு பத்துவரை

கண்களைப் பதியம்போட்டு நொந்துபோகும் நம் சொந்தச் சகோதரர்கள் இளமையிலேயே மூப்படைந்தவர்கள்தான்.

'இளமையிலேயே முதுமைவரும்; செல்வராக இருக்கும்போதே வறுமைவரும்; சேர்ந்துவாழும் வாழ்க்கையிலே பிரிவுவரும்; நோயில்லாத காலத்தில் நோய்வரும்.' என்று வாழ்வில் எதுவேண்டுமானாலும் நடக்கலாம் என்பதைச் சீவக சிந்தாமணி,

> 'இளமையில் மூப்பும் செல்வத்து
> இடும்பையும் புணர்ச்சிப் போழ்தில்
> கிளைஞரில் பிரிவும் நோயில்
> காலத்து நோயும் நோக்கி

என்று குறிப்பிடும்.

இப்போது தமிழ்நாட்டில் நோயை வரவழைத்துக்கொண்டு, குடலைக் கருக்கிக்கொண்டு, நடக்கக்கூட முடியாமல் தள்ளாடிக் கொண்டு, சொந்த பந்தங்களைப் பிரிந்துகொண்டு, நடுத்தெருவில் நாயைப் போல் புரண்டுகொண்டு இளமையிலேயே மூப்படைந்தவர் களை நம் கண்முன் பார்த்துக்கொண்டுதானே இருக்கிறோம், மதுக்கடையின் தயவால். (இனிமேல் ஒரேயடியாக மூப்புவராமல், படிப்படியாக வரும் என்று நம்புவோமாக.)

ஆனால் இயற்கையாக மூப்பு எய்தியவர்களுக்குப் பாரதிவழி கூறினால், 'எத்தனை கோடி இன்பம் வைத்தாய்' எனப் பாடத் தோன்றுகிறது. தம் பட்டறிவை, தான் ஈடுபட்ட தொழிற்சங்க வலுவை, ஈடுபட்ட உரிமைக்கான போராட்டத்தை, தான் படித்துப் பரவசம் எய்திய புத்தகவாசிப்பு உணர்வை, போராடிப் போராடி வாழ்வை வென்ற கதையை வருங்காலத் தலைமுறைக்குக் கடத்திச் செல்லவேண்டிய கடமை முதுமைக்கு இருக்கிறது.

அலுவலக வேலையே கதி என்று கிடந்த வாழ்வுக்கு முற்றுப் புள்ளி வந்தது என்று குதித்துக் கொண்டாட்டம் போடலாமே முதுமை.

என்றேனும் நம் வீட்டுக்கொல்லையில் காலையில் கூவும் குயிலின் பாட்டைக் கேட்டிருக்கிறோமா? நாமாக நம் உணவை மனைவிக்குத் தொல்லை கொடுக்காமல் எடுத்து உண்டிருக்கிறோமா? நாம் சாப்பிட்ட தட்டை நாமே கழுவி வைத்திருக்கிறோமா? உறவினர் வீட்டு விழாக்களில் முழுமையாகக் கலந்துகொண்டிருக்கிறோமா? (இதுவரை தலையைமட்டும் காட்டி வந்திருப்பீர்கள்! இனி முழு வடிவத்தையும் காட்டலாம்!) பெண் பெருமை பேசும் நாம் ஓய்வு கிட்டாத ஆயுட்பணியாளர்களான மனைவிக்குச் சமையலில் உதவி

செய்திருப்போமா? வீட்டை விளக்குமாறு எடுத்துப் பெருக்கி இருக்கிறோமா? இந்த வினாக்களுக்கு விடையாக மாறுங்கள்.

நான் செய்வதைத்தான் சொல்வேன். (செய்யாததையும் சொல்வதற்கு நான் என்ன நாட்டையா ஆள்கிறேன்.) ஆண்கள் சமைப்பது அதனினும் இனிது என்று சொல்லி தோழர் ச. தமிழ்ச்செல்வன் அம்மியில் அரைக்கும் படத்தையும் காட்டிவிட்டபின், எனக்கு வீட்டில் பணி கூடுதலாகிவிட்டது. அவர் செய்த 'வீட்டுச் சோறு' நம்மால் சமைப்பது கூடவில்லை. ஆயகலை அறுபத்து நான்கில் சமையலும் ஒன்றுதானே! செய்து பாருங்கள். (இதுவரை அம்மா அல்லது மனைவியின் சமையலைக் குறைசொன்னவருக்கெல்லாம் தண்டனை நாம் சமைத்ததை நாமே சாப்பிடுவது. இதற்கு 'தனக்குத் தானே' எனப் பெயர் சூட்டிக்கொள்ளும் உரிமையை உங்களுக்கு நான் தருகிறேன்.

ஓய்வுக்குப்பின் செய்யவேண்டிய முதல்வேலை நான் வாங்கிய புத்தகங்களைப் பட்டியல் இட்டு அடுக்கிவிட வேண்டும் என்று பாண்டியன் நெடுஞ்செழியன்போல் வெஞ்சினம் உரைத்திருந்தேன். சொன்னதைச் செயல்படுத்தும்போதுதான் தெரிந்தது, நான் வாங்கி விட்டுப் படிக்காமல் வைத்திருப்பவை நூற்றுக்குமேல் என்பது. (விவரம் தெரியாமல் சில கட்சிகளின் தேர்தல் அறிக்கைபோல் நமக்கு நாமே சூள் உரைக்கும்போது கவனம் வேண்டும் என்பது புரிந்தது.) புத்தக வாசிப்பில் மூழ்கிப் பாருங்கள்.

ஒருமுறை வந்தியத் தேவனோடு குதிரைமேல் போகமாட்டோமா? ஆழ்கடலில் பூங்குழலி படகோட்டும் அழகைக் காண மாட்டோமா? சாண்டில்யனின் இளைய பல்லவன்போல் பேசமாட்டோமா? மு. வ.வின் பாரியைப் பார்க்கமாட்டோமா? தனுக்கோடியின் சபின்னாவையும் கலிங்கனையும் வாழ்வில் இணைத்துவைக்க மாட்டோமா? பாவெல்லின் அம்மாவைக் காணமாட்டோமா? செல்வராசின் மாடக்குடும்பன் குழந்தையைக் கையில் ஏந்தி நிற்கும் மலரும் சருகும் கடைசிக் காட்சியைக் காணமாட்டோமா? கூலிக்குப் போவதற்காக தாவணி அணிந்து கன்னிப்பெண்ணாக வேடமிட்ட மேலாண்மை காட்டிய அந்தப் பிஞ்சுக் குழந்தையைப் பார்க்க மாட்டோமா? நல்லதங்காளைப் பார்த்து, தாயே வறுமையின் கொடுமையால் இன்னும் எத்தனை பெண்களை குழந்தைகளை இந்தச் சமூகம் காவுகேட்கப் போகிறதோ எனக்கேட்க மாட்டோமா? அரேபியாவில் உள்ள அத்தனை வாசனை நீராலும் என் கையில் படிந்த குருதிக் கறையை நீக்கமுடியாதே என்று புலம்பிய ஷேக்ஸ்பியரின் மாக்பெத்தை எப்போது பார்ப்பது? மேற்குத் திக்கில் நிற்கும் ஜூலியட்டைப் பார்த்து, 'இதுதான் கிழக்கு. ஏனென்றால் சூரியஒளி

போன்ற ஜூலியட் இங்குதான் நிற்கிறாள்' என்று காதல் மயக்கத்தில் கவியிசைத்த ரோமியோவை எங்கு பார்ப்பது?

காயைவிடக் கனி இனியது. முதுமையைவிடக் கனிந்தது எது?

மலரும் நினைவுகளால் தணிக்கை செய்யப்படாத திரைப்படமாக விரியும் வாழ்வியல் அனுபவம் நூறு ஆண்டுகளுக்குமேல் மனத்திரையில் ஓடும். 'இருக்கின்றாள் என்பதொன்றே இன்பம்' என்று மூத்த மனையாளைப் பார்த்துப் பாவேந்தன் நினைவோடு பாடும்.

13

நீலத்திமிங்கலமும் 'பெரியண்ணன்' பிக் பாசும்

நம் மக்களை எப்படி வேண்டுமானாலும் எளிதில் ஏமாற்றிவிடலாம் என்பதை, பாம்பு-கீரிச் சண்டை காட்டும் வித்தைக்காரன் முதல் கணிப்பொறியில் விளையாட்டுகளை அறிமுகப்படுத்துபவன்வரை நடைமுறைப்படுத்திக்கொண்டே இருக்கிறார்கள்.

பெரு நகரங்களில் இருக்கும் மால்கள் எனப்படும் பேரங்காடிகளில், சிறுவர்களை ஈர்க்கவே கணிப்பொறி விளையாட்டுக் கூடங்கள் இருக்கும். பெற்றோர்கள் தம் அருமைச் செல்வங்களை ஊக்கப்படுத்தி, அடையாள அட்டைகளை வாங்கிச் செருகிக் கணிப்பொறி விளையாட்டுகளை விளையாட விடுவார்கள். வேற்றுக் கோள் மனிதர்களோடு துப்பாக்கிச் சண்டை, வாகனங்களை வேகமாக ஓட்டி எதிர்வரும் வாகனங்களை மோதுதல்-அழித்தல், கோட்டைகளைத் தாண்டுதல் என 'அறிவு செறிந்த' விளையாட்டுகளை விளையாடும் குழந்தைகள் மனம், வன்முறையும் வெறியும் விளையும் வயல்களாக மாறிவிடுவதைக் கவனிக்கத் தவறி விடுகிறோம். ஒரு புதுமையின்பால் ஈர்ப்பு என்பதே அறியாப் பருவத்தினருக்குப் புதைகுழியை அறிமுகப்படுத்தி விடுகிறது.

'காராரும் வானத்தில் காணும் முழுநிலவே, நீராரும் தண்கடலில் கண்டெடுத்த நித்திலமே' என்று கொஞ்சித் தாலாட்டத் தெரியாத அன்னையர், சோறூட்டக்கூடக் கைக்கணினியைக் காட்டி அதில் தோன்றும் படங்களைக் காட்டி மழலையர்களை மயக்க வேண்டி யிருக்கிறது. தாய்ப்பாலோடு தமிழ்ப்பால் ஊட்டிய காலம்போய், கணினிப்பால் ஊட்டும் காலம் இது.

இருபாலாரும் வேலைக்குப் போனால்தான் குடும்ப வண்டியைத் தள்ளாடாமல் ஓட்டலாம் என்பதே நடப்பு உண்மை. வேலைக்குப் புறப்படும் விரைவில், குழந்தைக்குப் பொறுமையாகச் சோறூட்டக் கூட நேரமில்லை தாய்க்கு. கொஞ்சுவதற்கு மட்டும் குழந்தை வேண்டும், மற்ற வேலையெல்லாம் மனைவியின் பொறுப்பு என்று எண்ணும் கணவர்கள் இருந்தால், குழந்தையின்பாடு திண்டாட்டம் தான். எத்தனை ஆடவர்கள், தான் உண்ணும்போது தன்மடியில் குழந்தையை இருத்தி, தானும் உண்டு தன் குழந்தைக்கும் ஊட்டி மகிழ்கிறார்கள்? எவ்வளவு நேரம் செல்லக் குழந்தையோடு சிரித்துப் பேசுகிறார்கள்? எத்தனைபேர் மழலையர்க்கு மனம் கவரும் கதைகளைச் சொல்லித் தூங்க வைத்திருக்கிறார்கள்?

சிறுவயது முதலே எந்திர நண்பரோடு வளரும் சேய்கள், எந்திரங்களாக மாறிப்போய் விடுகிறார்கள். எங்கோ ரஷ்யாவில் இருக்கும் பிலிப் புடிக்கின் என்ற உளவியல் மாணவன் வடிவமைத்த நீலத்திமிங்கலம், நம் மதுரை விக்னேஷையும், மத்தியப் பிரதேச சாத்விக்கையும் பலிவாங்கி இருக்கிறது. ராஜஸ்தான் மாநிலம் ஜோத்பூரில் எல்லைப் பாதுகாப்புப் படைவீரர் ஒருவரின் மகள், ஏரியில் குதித்துத் தற்கொலை செய்ய முனைந்திருக்கிறார். தானே விரித்த வலையில் மாட்டிக் கொண்டு, வெளிவர முடியாமல் துடிக்கும் சிலந்திப்பூச்சிகளாக மாறிவிட்டார்களா நம் இளைஞர்கள்?

ஐம்பது நாட்கள் - ஐம்பது சவால்கள். குருதி கொப்பளிக்கக் கையில் திமிங்கலத்தின் படத்தைக் கீறிக்கொள்வது, ஆபத்தான உயரமான இடங்களில் நின்று தன்படம் (செல்பி) எடுத்துக் கொள்வது, வன்முறையைத் தூண்டும் திரைப்படங்களைப் பார்ப்பது எனப் பல சவால்களை எதிர்கொள்பவர்களை மிரட்டித் தற்கொலைக்குத் தூண்டுவது... சே... மானிடரின் தோளின் மகத்துவத்தைக் காட்ட வந்த' இளைஞர்கள் இப்படிப் பலியாகலாமா? தோழமையோடு நின்று தொடுவானத்தையும் தொட்டுவிடத் தோள்கொடுக்க வேண்டிய பெற்றோர்கள் முதலில் திருந்த வேண்டும்.

ஆபத்தான இடங்களில் நின்றுகொண்டு தன்னைத் தானே படம் எடுத்துக்கொள்ளும் செல்·பி மோகமும் வளர்ந்துகொண்டு வருகிறது. அண்மையில் கிழக்கு தாம்பரம் பகுதியில் வசிக்கும் +2 மாணவன் திலீபன், தன் பிறந்தநாளைக் கொண்டாடும் ஆர்வத்தில் மின் தொடர் வண்டியின் மேல் நின்றுகொண்டு படம் எடுக்கப்போய், மின்சாரம் தாக்கி உயிரிழந்திருக்கிறான். அறிவியல் கண்டுபிடிப்புகள் தரும் ஆக்கங்களை மறந்துவிட்டு, அழிவுக்குப் பயன்படுத்தலாமா?

ஊடகங்களும் புதுப்புதுக் கருத்தாக்கங்களை மக்களின் மனதில் விதைக்கின்றன. எப்படியாவது தன் தரப்பட்டியல் எண்ணை (Television Rating Point) உயர்த்திக் காட்டவேண்டி, மக்கள் பங்கேற்பு நிகழ்ச்சிகளை நடத்துகின்றன. விஜய் தொலைக்காட்சி நடத்தும் பிக்பாஸ் நிகழ்ச்சியும் அதில் ஒன்று. 100 நாட்கள் பல சவால்களை வீட்டுக்குள் இருப்போர் ஏற்கவேண்டும். அதில் திருடுவது எப்படி, மனநோயாளியாக நடிப்பது, ஒருவர் தலையிலும் கண்ணிலும் மாவைத் தூவுதல், ஒருவரை ஒருவர் புறம்பேசுதல் எனப் பல அறிவுநிறை சவால்களைச் செய்யப் பணிக்கப்படுவார்கள். உள்ளிருப் போரில் வெளியேற்றப்படுவோர் பெயரை அறிவித்து, அவர் வெளியேறாமல் இருக்கவேண்டும் என்றால் மக்கள் அவரை ஆதரித்து வாக்களிக்க வேண்டும். நம் பார்வையாளர்களும் தன் சொந்த வேலையை விட்டுவிட்டு வாக்களிப்பார்கள். வீட்டுக்குள் சண்டை சச்சரவு இல்லாமல் இருந்தால், அதை உண்டாக்க வெளியேற்றப் பட்ட நபர்களையே மீண்டும் உள்ளே அனுப்புவார்கள். இதை உளவியல்பாங்கில் அணுகி விளக்கம் சொல்லும் பொறுப்பை முற்போக்குக் கருத்துக்குச் சொந்தக்காரரான கமலஹாசன் ஏற்றிருக்கிறார் என்பதே ஒரு நகைமுரண்.

எனக்கென்னவோ நீலத் திமிங்கல விளையாட்டுக்கும் பிக்பாசுக்கும் நடத்துனர்கள் இருப்பதுபோல், தமிழகத்தில் நடக்கும் அத்தனை நிகழ்வுகளுக்கும், பின்புலத்தில் எவரோ இருக்கிறார்கள் என்பது தெரிகிறது. உத்தரப் பிரதேசத்தில் கோரக்பூரில் உள்ள பாபா ராகவ் தாஸ் மருத்துவக் கல்லூரி மருத்துவமனையில் 2017ல் மட்டும் 1317 குழந்தைகள் இறந்திருக்கிறார்கள். அண்மையில் ஆக்சிஜன் இல்லாததால் 60 குழந்தைகள் பலி. அதே மாநிலம் பரூக்காபாத் மருத்துவ மனையில் 49 குழந்தைகள் ஆக்சிஜன் கிடைக்காததால் பலி என மரணப்பட்டியல் தொடர்கிறது.

தூய்மை இந்தியா பற்றிப் பேசும் தலைமை அமைச்சர், உ. பி. யில் தூய்மையின்மையால் நிகழும் கொடுமையைப் பற்றிக் கவலை கொள்வதாகத் தெரியவில்லை. பசுக்குண்டர்கள் வன்முறையில் ஈடுபடக் கூடாது என மேடையில் பேசுவார். ஆனால் கழுதையைக்கூட ஏற்றிப் போகவிடாமல், ராஜஸ்தான் மாநிலம் பர்மெரில் பசுப் பாதுகாப்புக் குண்டர்கள் தாக்கியிருக்கிறார்கள். பசுவைப் பாதுகாக்கிறேன் பேர்வழி என்று, கோசாலையில் 200க்கு மேற்பட்ட பசுமாடுகளைப் பட்டினிபோட்டுக் கொன்றதும் இந்தப் பாதுகாவலர்கள்தான்.

ஊழலை ஒழிக்கக் கடுமையான நடவடிக்கை எடுக்கப்படும் என்பார்கள். ஆனால் ஆசிய பிராந்தியத்தில் ஊழல்செய்வதில் 2016ல்

76 ஆவது இடத்தில் இருந்த இந்தியா 2017ல் முதலிடத்துக்கு வந்திருக்கிறது. வியட்நாமுக்கு இரண்டாமிடம். சுற்றுப்புறச் சூழல் குறித்தும் நீர்நிலை நதிகள் குறித்தும் பேசுவார்கள். ஆனால் வனங்களை வாரிச் சுருட்டியும் நீர்வரும் பாதைகளை மறித்தும் பல்லாயிரம் ஏக்கர் பரப்பில் கட்டடங்களைக் கட்டியும் சிவதாண்டவம் ஆடுவோர்க்குச் சட்டத்திலேயே சிறப்பு விதிவிலக்கை அளிப்பார்கள். சட்டவிலக்கு தரச் சொன்ன பிக்பாஸ் யார்? என்ன சொன்னாலும் ஆமாம் சாமி எனத் தலையாட்டும் வீட்டார் யார்? எல்லாம் அனைவருக்கும் தெரியும். அதில் கொடுமையான வேடிக்கை என்னவென்றால் அந்த ஆசாமி ஜக்கி வாசுதேவ் இப்போது நதிகளைக் காப்போம் எனக் கிளம்பியிருக்கிறார். இவருக்கு மட்டும் எல்லாச் சட்டங்களில் இருந்தும் விலக்கு அளிக்கும்படி பிக்பாஸ் கூறியிருக்கிறார்.

பெரும்பான்மை இல்லாமல் இருந்தாலும் நீடிக்கட்டும் ஆட்சி எனக் கட்டளையிட்டு ஆளுநருக்கு ஓய்வு கொடுத்ததும் பி. பா வேலைதான். நீட் தேர்வை விலக்கலாம் என்று திருமதி நிர்மலா சீத்தாராமன் மூலம் சொல்லவைத்துக் கழுத்தறுத்ததும் பிக்பாஸ் வேலைதான். உச்சநீதிமன்றம் சொல்கிறதே நாங்கள் என்ன செய்யமுடியும் எனச் சொல் பிறழ்ந்ததும் பி. பா. வேலைதான். ஆனால் காவிரி நதிநீர்ப் பிரச்னையில் உச்சநீதிமன்ற ஆணையைப் புறக்கணிக்கும் கர்நாடகத்தைக் கட்டி அணைத்துக் கொஞ்சுவார்களாம்.

மனிதர்களைக் கொல்வது இவர்களுக்குப் பொழுதுபோக்கு. உழவர்கள் தற்கொலையோ, சமூகநீதி புறக்கணிக்கப்பட்டு நம்பிக்கையிழந்த அனிதாக்களின் தற்கொலையோ இவர்களுக்கு ஒரு பொருட்டே அல்ல. ஒரு நாட்டில் எல்லா மாநிலங்களிலும் சமம் இல்லாத கல்வித் திட்டத்தை வைத்துக்கொண்டு எல்லோர்க்கும் ஒரே தகுதித் தேர்வு என்பது எப்படி சரியாகும் என்பதை ஏற்கும் அளவுக்கு, நேர்மை இல்லை அவர்களிடம். 'கிடப்பதெல்லாம் கிடக்கட்டும் கிழவியைத் தூக்கி மணையில் வை' என்றோர் சொலவடை உண்டு. நாட்டில் உயிர்நாடியான எத்தனையோ சிக்கல்கள் இருப்பதையெல்லாம் மறந்து/ மறைத்துவிட்டு, ஒரே தேசம், ஒரே மொழி, ஒரே பண்பாடு எனக் கூச்சல் இடுகின்றார்கள். வேற்றுமையில் ஒற்றுமை காணும் நம் இந்திய அரசியல் அமைப்புச் சட்டத்தையே புறக்கணிக்கிறார்களே! வாக்களிப்பதுதான் வீட்டுக்குள், நாட்டுக்குள் இருப்பவர்களுடைய வேலை.

நீலத் திமிங்கல விளையாட்டாளர்கள் போல் சிலர், மரு. கிருட்டிணசாமி போன்றோர் தன் கையைத் தானே அறுத்துக்கொள்கிறார்கள். நம் தமிழக ஆட்சியாளர்கள் பெரிய அண்ணன் காப்பாற்றுவார் என்ற

துணிச்சலில், மக்கள் குரலை மதிப்பதே இல்லை. அனிதாவின் மரணத்துக்கு வைத்தவிலை ஏழு லட்சத்தைப் பெற்றோர் புறக்கணித்ததைக்கூடப் புரிந்துகொள்ள முடியவில்லை இவர்களால்.

தமிழுக்கான ஆய்வு நிலையங்கள் ஒழிக்கப்படுகின்றன. தமிழர் தொல்நாகரிகத் தொட்டிலாக விளங்கும் கீழடி ஆய்வுகளை முடக்கப் பார்க்கிறார்கள். அறிவியல்முறையில் சிந்திக்கக் கூடாது எனச் ஜோதிடத்தையும் வேதக்கல்வியையும் முன்நிறுத்தும் கல்விக் கொள்கையைப் புகுத்தப் போகிறார்கள். உழவும் இல்லை, தொழிலும் இல்லை எனக் கஞ்சிக்கு வாடியோர்க்கு வழிகாட்டிய நியாய விலைக் கடைகளை மூட முனைகிறார்கள். வசதியில்லாத அரசுப் பள்ளிகளைத் தனியாரிடம் தந்து, பாமர மக்களைப் பள்ளிப் பக்கமே வராமல் செய்யப் போகிறார்கள். என்ன செய்தாலும் சரி, மேல இருக்கறவன் சொல்றான், கீழ இருக்கறவன் கேக்கறான் என மீளாக் கொத்தடிமை களாக தமிழகத்தை ஆள்வோர் இருக்கும்வரை நீலத்திமிங்கல ஆட்டங்கள் தொடரத்தான் செய்யும்.

அன்பு மகள் அனிதாவின் மரணத்தைக் கொச்சைப்படுத்தும் மேல்தட்டுகள், தமிழ்நாட்டில்தான் பிறந்தார்களா? சமூகநீதி காக்க வாழ்வின் இறுதிவரை போராடிய பெரியார், அயோத்திதாசர் போன்றோர் இருந்திராவிட்டால், காலில் செருப்புப் போட்டு நடக்கக் கூட முடிந்திருக்காது என்பதை மனதில் கொள்ள வேண்டாமா? நம் தாய்மொழியை அழிக்க, நம் பண்பாட்டைச் சிதைக்க, நம் வயல் வெளிகளைப் பாலையாக்க, கிராமங்களை நசுக்க, நம் பழக்க வழக்கங்களை ஒடுக்க... நம் வாழ்வாதாரத்தையே துடைத்தெறிய முனைகிறார்களே! அந்த நீலத் திமிங்கல ஆணைகளைக் குமுறி எழும் வளர் தலைமுறை தூக்கி எறியத்தான் போகிறது. விரைவில் விடியல் வரும்.

14

உயிரின் விலை எத்தனை லட்சம்?

பிறக்கும் ஒவ்வொரு நாளும் கண்ணீர்க் கதைகளின் பிழிவாக இருக்கிறது. மனிதர்களோடுதான் வாழ்கிறோமா? இல்லை... விவிலியம் சொல்லும் மரணப்பள்ளத்தாக்கில் வாழ்ந்துகொண்டு இருக்கிறோமா? தற்கொலைகள் அன்றாடும் தலைப்புச் செய்திகளில் இடம்பெறுவதை அதிரும் நெஞ்சோடு பார்த்துக் கொண்டிருக்கிறோம்.

தன்னைக் காப்பாற்ற எவருமில்லை என்று தற்கொலை செய்து கொண்ட விவசாயிகள், இந்தியா முழுக்க எத்தனையோ பேர். ஒவ்வொரு குடிமகனின் உயிருக்கும், உடைமைக்கும், வாழ்வியலுக்கும் பாதுகாப்புக் கொடுக்க வேண்டிய மைய, மாநில அரசுகள், கொஞ்சம் கூட மனிதநேயம் இல்லாமல் வேடிக்கை பார்த்துக் கொண்டிருக் கின்றன. கொடுங்கோலன் ஹிட்லர் அமைத்த நச்சுவாயுக் கூடம்போல் ஆகிவிட்டதா நாடு?

கந்துவட்டிக் கொடுமையால் நொந்து, நைந்து, மடியும் பாமரர்களைப் பற்றிக் கவலைப்பட தமிழக அரசுக்கு நேரமில்லை. அவரவர் கவலை அவரவர்க்கு. எவ்விதப் பாதுகாப்புக் கையுறையோ, முகத்திரையோ இல்லாமல் சாக்கடைகளில் இறங்கி உயிரோடு விளையாடி வாழ்வைத் தொலைத்த உழைப்பாளர்களின் நிலையை மாற்ற, என்ன நடவடிக்கை எடுத்திருக்கிறது இந்த அரசு?

பாமர மக்களின் கோரிக்கைகளைக் காதுகொடுத்துக் கேட்க ஆளில்லையே என்ற கவலையோடு, தன் மனைவி குழந்தைகளோடு மாவட்ட ஆட்சியர் அலுவலகத்தில் தீக்குளித்தவருடைய

| 78 |

'அல்லல்பட்டு ஆற்றாது அழுத கண்ணீர்' அரசு எந்திரங்களின் ஆணிகளை உலுக்கியிருக்குமா?

'வாடிய பயிரைக் கண்டபோதெல்லாம் வாடிய 'வள்ளலார் தோன்றிய பூமியில், மனித உயிர்கள் மலிவாகப் போய்விட்டன... வாடிக்கை யாளர்களுக்குச் சேவைசெய்யவே அவதாரம் எடுத்திருப்பதாகப் பீற்றிக் கொள்ளும் வங்கிகள், கோடிகோடியாகக் கடனை கட்டாத குற்றவாளிகளைப் பிடிக்க மறுத்துவிட்டு, சில லட்சங்கள் பாக்கி வைத்திருப்பவர்களின்மீது குண்டர்களை ஏவிக் கொல்ல முயற்சி செய்வது, வானொலியிலும் வெளிநாட்டு மேடைகளிலும் மட்டும் பேசும் ஆள்வோர்க்குத் தெரியாது. கல்விக்கடனைக் கட்ட முடியாத மதுரை - அவனியாபுர மாணவன் லெனின் தற்கொலை செய்துகொண்டதை, எந்த வாடிக்கையாளர் சேவையில் சேர்க்கப் போகிறது அந்த வங்கி?

கல்வியில் சமவாய்ப்பு இல்லாதவர்க்கும் நீட் தேர்வைக் கட்டாயம் ஆக்கியதால், அனிதா உயிரைப் பறித்தோம். பல்கலைகளிலும் சாதி, மதக் கொடுமை நிலவுவதால் முத்துக்கிருஷ்ணன், ரோகித் வெமுலாக் களைப் பறிகொடுத்தோம். கடந்த சில நாட்களாக மாணவர்கள் தற்கொலை செய்துகொள்வது மிகுதியாகிக் கொண்டே வருவது, வயிற்றைக் கலக்குகிறது.

செம்மஞ்சேரியில் தனியார் பல்கலையில் பயின்றுகொண்டிருந்த ராக மவுனிகா, கள்ளக்குறிச்சியில் மருத்துவம் பயின்றுகொண்டிருந்த மூன்று மாணவிகள், சென்னை கவின் கலைக்கல்லூரியில் பிரகாஷ், வேலூர்-அரக்கோணத்தில் கிணற்றில் மூழ்கிய நான்கு மாணவிகள் என மரணப் பட்டியல் நீண்டுகொண்டே போவதற்கு எவர் காரணம்?

வாழ்க்கையே என்னவென்று தெரியாத பருவத்தினருக்கு, எப்படித் தற்கொலைசெய்து கொள்ளவேண்டும் என்பது எப்படித் தெரிந்தது? மலரும் முன்பே இந்தப் பூக்களுக்கு இக்கொடிய எண்ணம் வந்தது எப்படி? 'இவர்கள் கோழைகள்! தவித்திருக்கலாமே!' என்று புத்தர்களாக மாறிப் போதிக்கவும், ஊடகங்கள் ஆள்மாற்றி ஆள்மாற்றி விவாதிக்கவும், காரணமான இவர்கள் மனம் என்ன பாடுபட்டிருக்கும்? எத்தனை கனவுகளைச் சுமந்துகொண்டு படிக்க வந்திருப்பார்கள்! இவர்களை நிலைகுலையச் செய்தது எது? அல்லது யார்?

ஆசிரியர் திட்டியதால் அல்லது அடித்ததால் மனமுடைந்து போனார்களா? மாணவன் தவறு செய்தால், ஆசிரியர் திட்டக்கூடாதா / அடிக்கக்கூடாதா / எனத் தன் செயலுக்குச் சமாதானம் சொல்லக் காத்திருக்கிறார்கள் ஆசிரியர்கள்.

'அந்தக் காலத்தில், என் அப்பா என் ஆசிரியரிடம், 'இவன் நல்லாப் படிக்காட்டா கழுத்துக்கு மேலயும் முழங்காலுக்குக் கீழயும் 'விட்டுவிட்டு இவனை அடிங்க சார் 'என்று சொன்னது நினைவுக்கு வருகிறது. 'அடியாத பிள்ளை படியாது' என்று வசதியான பழமொழி களைப் பிடித்துக் கொண்டு அலைகிறோம்.

மதிப்பெண் எடுப்பதே கல்வியின் நோக்கம் என்றாகி விட்டது. அதிக மதிப்பெண் எடுத்த மாணவர்களைப் பதாகைகளில் போட்டு விளம்பரப்படுத்தி, தன் பள்ளிக்கு ஆள்சேர்க்க நினைக்கும் கல்வி வணிகர்களின் மூலதனமே மாணவர்கள்தாம். அறிவுத்திறன் என்பது ஒருவருக்கொருவர் மாறுபடக் கூடியது. கலையில் நாட்டமுடைய வனை மருத்துவம் படிக்கச் சொல்லிக் கட்டாயப்படுத்துவது, மொழியில் ஆர்வமுடையவனைப் பொறியியல் கற்கச் சொல்லி நச்சுவது, இலக்கியத்தில் படைப்பாற்றல் கொண்டவனைக் கணக்கியலில் அல்லது கணினியியலில் தள்ளுவது என இக்காலத் தலைமுறை எதிர்கொள்ளும் சிக்கல்கள் ஏராளம்.

பிடிக்காத பாடம், விளையாட்டு நேரமே இல்லாத பாடத்திட்டம், தன் தனித் திறனை அங்கீகரிக்காத கல்வி முறை, எப்போது பார்த்தாலும் படிப்பு படிப்பு.... தேர்வு தேர்வு... என்ற நச்சரிப்பு... இவையெல்லாம் மாணவனை மன அழுத்தத்தில் கொண்டுபோய்ச் சேர்ப்பன அல்லவா?

ஆசிரியர் அறிவுரையைக் கேட்காமலோ, தேர்வில் போதிய மதிப்பெண்கள் எடுக்காமலோ, அல்லது குறும்புகள் செய்தாலோ ஆசிரியர் கண்டிக்கத்தான் செய்வார். அதனை, தான் முன்னேறக் கிடைத்த வாய்ப்பு என மாணவர்கள் கருதிக்கொள்ளவேண்டும். ஆனால் பெரும்பான்மையான ஆசிரியர்கள் கண்டிக்கும் முறை இருக்கிறதே... அதைச் சொல்லி மாளாது. எல்லா மாணவர்கள் முன்னிலையில் தவறு செய்த, அல்லது தேர்வில் தோல்வியடைந்த மாணவனை அவமானப்படுத்துவது, பிரம்பால் அடிப்பது, பெஞ்சு மேல் ஏறி நிற்கச் செய்வது, வகுப்பைவிட்டு வெளியேற்றுவது எனத் தம் வெறுப்பையெல்லாம் உமிழ்ந்தால் அந்தப் பிஞ்சுமனம் என்ன பாடுபடும் என்பதை ஆசிரியர்கள் எண்ணிப்பார்க்க வேண்டும். திட்டப்படவேண்டியவனல்ல அவன்; திருத்தப்படவேண்டியவன். தனியறைக்கு வரச் சொல்லி அவனுக்கு எடுத்துரைக்கலாம்; எச்சரிக்கலாம். அதைவிடுத்து அவனை எதிரியாகப் பாவிக்க வேண்டாமே!

மாணவனின் கவனம் வழிமாறிப் போவதை உணர்ந்தால், பெற்றோரை நேரடித் தொடர்பு கொண்டு பக்குவமாக எச்சரிக்கலாம். வருங்காலத் தலைமுறையை உருவாக்குவது ஆசிரியர் பொறுப்பு என்பதை நெஞ்சில்கொள்ள வேண்டும்.

'நீங்கள் வில்கள்; உங்களிடமிருந்து எய்யப்படும்
உயிருள்ள அம்புகளே குழந்தைகள்.
அம்பு எதை அடையவேண்டும் என்ற இலக்கை
வில் தீர்மானிக்காது;
அம்பை எய்பவன்தான் தீர்மானிப்பான்;
அம்பை எய்பவன் இயற்கையே, நீங்கள் அல்ல,
நீங்கள் வெறும் வில்தான்!'

என்ற கலீல் ஜிப்ரானின் வரிகள் நம் நெஞ்சில் பதிக்கவேண்டியன.

நெல்மணிகளுக்குள் பதர்கள்போல் சில ஆசிரியர்கள் இருக்கத்தான்
செய்கிறார்கள்; திருவாரூர் அருகே குளிக்கரை என்ற ஊரில் உள்ள
அரசினர் மேல்நிலைப்பள்ளியில் அதிகத் தலைமுடி வைத்திருந்த
மாணவனின் தலைமுடியைப் பள்ளியிலேயே வெட்டிவிட்ட ஆசிரியை;
கழிப்பறையைக் கையாலேயே மாணவிகளைச் சுத்தம் செய்யச்
சொன்ன தலைமை ஆசிரியர் இன்னொரு ஊரில்; மாணவர்களின்மேல்
பாலியல் துன்புறுத்தல்கள் சில இடங்களில்; களைகளைக் கண்டு
களைய வேண்டிய பொறுப்பு அரசு எந்திரத்துக்கு இருக்கிறது.
பள்ளிகளை ஆய்வு செய்யும் பள்ளித்துணை ஆய்வாளர் கள்,
மாவட்டக் கல்வி அலுவலர்கள் தம் பணியினைச் சரியாகச் செய்தால்,
இக்குறைபாடுகளைச் சிறிதளவாவது களையலாம்.

சில தனியார் பள்ளிகளில், நன்கு படிக்கும் மாணவர்களின்மேல்
மட்டும் தனிக்கவனம் செலுத்திப் பாடம் நடத்தப்படுகிறது. சராசரி
மாணவனுக்குத் தாழ்மை உணர்ச்சி தானாக உண்டாகிவிடுகிறது.
அரிஸ்டாட்டில் சொல்வார், 'வாழ்க்கையே வாய்ப்புகளும்
மாற்றங்களும் நிறைந்தது' என்று. அதிக மதிப்பெண்கள் எடுப்பவர்கள்
மட்டுமே அறிவாளிகள் என்ற பொதுப்புத்தி தகர்க்கப்பட வேண்டும்.
சூழலும் தேவையும் மனவளர்ச்சியும் மாணவனை உயரத்துக்குக்
கொண்டு செல்லும் என்பதை ஆசிரியர்கள் புரிந்துகொள்ள வேண்டும்.

'இன்று தோற்றவர்கள் நாளை வெற்றி பெறலாம்' என்பது, டான்
குயிக்சாட் என்ற புதினத்தைப் படைத்த செர்வாண்டீஸ் நமக்குச் சொன்ன
பாடம். நம் தவறான மதிப்பீட்டால் எத்தனையோ வைரங்களை,
வெறும் கண்ணாடி என்று தூக்கி எறிந்துவிடுகிறோம்.

பள்ளிக்கூடம் என்பது மகிழ்வான இடம் என்று மாணவன் கருதிய
காலம் மலையேறிவிட்டது. விளையாட்டு வகுப்பிலும் பாடம்,
தேர்வு; விடுமுறையே இல்லாமல் வகுப்புகள்; ஆசிரியர்களின்
கட்டாயத்துக்காக அவர்கள் நடத்தும் தனிவகுப்புக்குச் செல்லல்,
சரியாகத் தூங்கக்கூட விடாத வீட்டுப்பாடச் சுமைகள், பெற்றோர்

தன்மேல் சுமத்திய கனவுக்காக விரும்பாத பாடத்தைப் படித்தல் என மாணவர்கள்மேல் எத்தனை அழுத்தங்கள். இதில் சகமாணவனை ஒப்பிட்டு, அவன்போல் நீ இல்லையே எனக் கேலிசெய்தால், மலரும் மொட்டுகள் கருகிவிடாதா?

ஆசிரியர்க்கும் புத்தாக்கப் பயிற்சி அடிக்கடி கொடுக்க வேண்டும். தன் அறிவாற்றலாலும் கனிவாகப் பழகும் முறையாலும், மாணவர்களைக் கவரும் மந்திரம் தெரிந்த எத்தனையோ ஆசிரியர்களைப் பார்க்கலாம். புதிய புதிய செய்திகளை மாணவருக்குச் சொல்லவேண்டும். கற்றலில் இனிது என்ற முறையில் தொடக்கப் பள்ளி ஆசிரியர்கள் பாடம் நடத்த, இங்கு முன்னரே பயிற்சி கொடுக்கப்பட்டிருக்கிறது. முன்பெல்லாம் தமிழாசிரியர்கள் கவிதைகளைப் பாடியே நடத்துவார்கள். பத்தாம் வகுப்பில் நான் பயிலும்போது என் ஆங்கில ஆசிரியர், டேபிடில்ஸ் மலரைப் பற்றிய பாடலை (ஐ வாண்டர்ட் லோன்லி அஸ் அ கிளவுட்) இசையோடு பாடி நடத்தியதை 52 ஆண்டுகள் கழித்தும் என்னால் மறக்க முடியவில்லை.

எல்லாம் சரி; ஆசிரியர்களுக்கு எவ்வளவு பணிப்பளு என்பதை ஆளும் அரசு நினைக்கிறதா? அறுபது மாணவருக்குக் குறையாத வகுப்பறை; கட்டுரை ஏடுகளையும், தேர்வுத் தாள்களையும் திருத்தித் திருத்தித் தேய்ந்த கைகள்; மாநில அரசு கவனிக்க வேண்டிய கல்வியை, மைய அரசிடம் காவுகொடுத்துவிட்டு நிற்கிறோம். கல்வியைப் பற்றிக் கவலைப்படாத அரசால் எப்படி எதிர்காலத் தூண்களை வலுவாகக் கட்ட முடியும்?

ஆசிரியர்கள் இரண்டாவது பெற்றோர்; பெற்றோர்கள் இரண்டாவது ஆசிரியர்கள் என்பதை அறிவோம். தன் மகனோ, மகளோ என்ன படிக்கிறான், எப்படிப் படிக்கிறான், அவன் போக்கில் ஏதாவது மாற்றம் தெரிகிறதா? அவனுக்குள் படிக்கும் பாடத்தைத் தவிர்த்து வேறென்ன திறமைகள் ஒளிந்திருக்கின்றன என்பதைக் கண்காணிக்கும் பொறுப்பு பெற்றோர்க்கு இருக்கிறது.

தோளுக்கு மிஞ்சினால் தோழன் என்பது பழமொழி. பெற்றோர்கள் தன் செல்வங்களுடன் நிறையப் பேசவேண்டும். அப்பா என்பவர் அடிக்கடி அதட்டுபவர் என்ற நிலை இருந்தால், பிள்ளைகள் நெருங்கிப் பழகும் வாய்ப்பே இல்லாமல் போகும். செல்பேசிக் காலம் இது. அப்பாவிடம் கெஞ்சியோ, போராடியோ எல்லா மாணவர்களும் செல்பேசி வாங்கிவிடுகிறார்கள். அந்த அறிவியல் விந்தை, மாணவனுடைய நேரத்தையும், படிக்கும் கடமையையும் மடைமாற்றி விடும் என்பதை உணர்ந்து கவனிக்க வேண்டிய பொறுப்பு பெற்றோர்க்கு உண்டல்லவா?

மாணவர்களுடைய தற்கொலைக்கு நீலத்திமிங்கலமும் ஒரு காரணம் என்பதை இன்னும் நாம் ஏன் உணரவில்லை? மாணவன் எப்படிப் படிக்கிறான் என்பதைப் பள்ளி சென்று கேட்டறிவதை, எத்தனை பெற்றோர்கள் கடைப்பிடிக்கிறார்கள்? வென்றாலும் தோற்றாலும், மாணவனைத் திட்டாமல், தேற்றி, உன்னால் முடியும், எட்டிவை காலடியை என்று ஊக்கப்படுத்த வேண்டிய தலையாய பொறுப்பு பெற்றோர்க்கு உண்டு.

தவறு கண்டால் கண்டிக்கவும் வேண்டும்; அது 'கடிதோச்சி மெல்ல எறிதலாக' இருக்க வேண்டும். இந்தச் சமுதாயத்தில் வாழும் முறைபற்றித் தன் பிள்ளைகளுக்குச் சொல்லிக் கொடுக்கவேண்டும். தன்னம்பிக்கை ஊட்டும் வரலாறுகளைக் கதையாக அவனுக்கு ஊட்ட வேண்டும். படிப்பே வராத தாமஸ் ஆல்வா எடிசன்தான், ஆயிரக் கணக்கான கண்டுபிடிப்புகளுக்குச் சொந்தக்காரர் என்பதைப் புரிய வைக்கவேண்டும்.

வாழ்க்கைக்கான கல்வியை ஊட்டவேண்டிய கல்விக்கூடங்கள், வணிகக்கூடங்களாக மாறிவிட்டதால் அந்தப் பொறுப்பைப் பெற்றோரே ஏற்க வேண்டும்.

எப்பாடு பட்டேனும் பிள்ளைகளைத் தன்னம்பிக்கை உடையவர்களாக மாற்றவேண்டும். இனியும் இந்தத் தேசத்தில், தற்கொலைகளால் தலைமுறைகள் கருகக் கூடாது. ஏனென்றால், எல்லாவற்றுக்கும் ஒரு விலை உண்டு. ஆனால் ஓர் உயிருக்கு விலை இல்லவே இல்லை.

15

வாலைக் குழைத்து வரும் தோழன்

வீட்டு விலங்குகளாக ஆடு, மாடு, எருமை, பூனை முதலியனவற்றைப் பழக்கப்படுத்தும் முன்னரே நாய் மனிதனுக்குத் தோழனாக இருந்து வந்திருக்கிறது. நாயை இழிபொருளிலேயே பயன்படுத்தி வருகின்றோம். இது நமக்கொன்றும் புதிதல்ல. தன்னைத் தாழ்த்திக் கொள்ள வேண்டி மாணிக்கவாசகர், திருநாவுக்கரசர், வள்ளலார் போன்றோர் 'நாயினுங் கடையேன்' என்று பாடிச் சென்றதை அறிவோம். 'அங்காடிநாய் போல அலைந்திட்டேனே' என்று ஓர் ஆன்றோர் புலம்பியதையும் அறிவோம். நம் கிராமங்களில், 'நாய்க்கு நிக்க நேரமும் இல்லை: பாக்க வேலையும் இல்லை' என்ற சொலவடை வழங்குவதைக் கேட்கலாம். ஆனால் நம் செல்லக் குழந்தைகளையே 'ஏஞ் செல்ல நாய்க்குட்டி 'என்று கொஞ்சி மகிழ்ந்திருக்கிறோம்.

நாயை என் வாழ்நாள் முழுக்க மறக்க முடியாத அளவுக்குப் பல நிகழ்வுகள் நடந்தேறி இருக்கின்றன. எங்கள் வீட்டில் வளர்ந்த நாய்க்கு ஒருநாள் வெறிபிடித்து விட்டது. எப்போதும் நாயோடு விளையாடும் என் மகளைத் திடீரென்று கடிக்க முற்பட்டது. நண்பர் ஒருவர் உதவியால் நாயை அப்புறப்படுத்தி விட்டோம். அது முதல் நாய் வளர்க்கும் ஆசையே போய்விட்டது. நண்பர் ஒருவர் வீட்டுக்குப் போனேன். அவருக்கு முன் அவருடைய நாய்தான் வரவேற்றது. 'கூப்பிடுங்க நாயை' என்று நான் அலறினேன். 'சும்மா வாங்க... குரைக்கிற நாய் கடிக்காதுன்னு கேள்விப்பட்டதில்லையா' என்று பழமொழி அறிவோடு கூறினார். நமக்குத் தெரிகிறது; நாய்க்கு இந்தப் பழமொழி பற்றிய ஆய்வும் புலமையும் இருக்கிறதா என்று எப்படிக் கண்டுபிடிப்பது?

சொலவடைக்குப் பஞ்சமில்லாத நம் கிராமப்புறங்களில் நாய் கதைநாயகனாக எப்படியெல்லாம் உலா வருகிறது! என்னசொல்லியும் திருந்தாத மக்களைக் குறிப்பிடும்பொழுது, 'நாய் வாலை நிமிர்த்த முடியுமா' எனச் சொல்வது வழக்கம். இதையே விவேக சிந்தாமணி, 'நாய்வாலை அளவெடுத்துப் பெருக்கித் தீட்டி, நற்றமிழை எழுத எழுத்தாணி ஆமோ?' என்கிறது. நாயின் குணத்தை மாற்ற முடியுமா என்ற பொருளில் அதே விவேகசிந்தாமணி,

> 'குக்கலைப் பிடித்து நாவிக் கூண்டினில் அடைத்து வைத்து,
> மிக்கதோர் மஞ்சள் பூசி மிகுமணம் செய்தாலும் தான்,
> அக்குலம் வேற தாமோ அதனிடம் புனுகுண் டாமோ?
> குக்கலே குக்கல் அல்லாற் குலந்தனில் சிறந்த தாமோ?'

எனக் கூறுகிறது.

புனுகுப் பூனையைக் (நாவி) கூண்டினில் அடைத்துவைத்து அதனிடமிருந்து தோன்றும் புனுகு என்னும் வாசனைப் பொருளைப் பெருவது வழக்கம். ஆனால் புனுகுப்பூனைக் கூண்டில் நாயை (குக்கல்) அடைத்துவைத்து, அதற்கு மஞ்சள் போன்ற மணப் பொருள்களை யெல்லாம் பூசினாலும் அது புனுகைத் தருமோ? தராதன்றோ! தகுதியில்லாத மனிதர்கள் எங்கு இருந்தாலும் அவர்கள் குணம் மாறாது என்பது புரிகிறது. சமகால எடுத்துக் காட்டுக்களை ஆங்காங்கே பொருத்திப் பார்க்கும் கலை இந்தக் காணொலிக் (வாட்சப்) காலத்தில் எல்லோர்க்கும் கைவந்த ஒன்றுதானே.

திருமூலரின் 'மரத்தில் மறைந்தது மாமத யானை' நம்மவர் கைகளில், இல்லையில்லை வாயில் 'கல்லைக் கண்டால் நாயைக் காணோம்; நாயைக் கண்டால் கல்லைக் காணோம்' என வடிவம் மாறிச் சிரிக்கிறது. மக்கள் தொண்டர்களின் உயர்ந்த கொள்கைகளை உணர மறுத்து அல்லது மறைத்துத் திரித்துப் பேசுவோரை நோக்கி, 'சூரியனைப் பார்த்து நாய் குரைத்து என்ன ஆகிவிடும்' என்றோ, 'நாய்க்குச் செக்குன்னு தெரியுமா? இல்லை சிவலிங்கம்னு தெரியுமா?' என்றோ கூறுவது உலகியல்பு. அண்மையில் இளைஞர்கள் மெரினாவில் ஜல்லிக்கட்டுக்காகப் போராடியபோது, சில இடங்களில் விரும்பத்தகாத முழக்கங்களை எழுப்பியதாகச் சொல்லப்பட்டது. 'குட்டி நாய் கொரைச்சுப் பட்டி நாய்க்குக் கேடு வந்தது' என்ற சொலவடையின் பொருள் அப்போதுதான் எனக்குப் புரிந்தது.

எங்க ஊர்க் கருப்பணசாமி வேட்டைக்குப் போகும்போது நாயோடு தான் போவார். பட்டுக்கோட்டைக்கும் முத்துப்பேட்டைக்கும் இடையில் உள்ள பரக்கல கோட்டையில் நாய்க்குத் தனிச் சிலை

அமைத்து வழிபடுகின்றனர். சுற்றுப்புறச் சூழலியல் ஆய்வாளர் சு. தியோடர்பாஸ்கரன் அவர்கள் தன் கட்டுரையொன்றில் நாய்க்கு நடுகல் நாட்டிப் போற்றிய பண்டைய வரலாற்றைச் சுட்டியுள்ளார்.

1. திருவண்ணாமலைக்கு அருகில் எடுத்தானூர் என்ற கிராமத்தில் 7-ஆம் நூற்றாண்டைச் சேர்ந்த பல்லவன் மகேந்திர வர்மன் காலத்தில் நிறுவப் பட்ட நடுகல். ஊரிலுள்ள மாடுகளைத் திருட வந்தவர்களை எதிர்த்துத் தாக்கி இறந்துபோன கருந்தேவகத்தி என்ற வீரனுக்கும் கோயிவன் என்ற பெயர்கொண்ட நாய்க்கும் நடுகல் நாட்டியிருக்கிறார்கள்.

2. ஆனைமங்கலச் செப்பேட்டிலும் திருவாலங்காட்டுச் செப்பேட்டிலும், தக்கோலப்போரின்போது மாண்ட நாய்க்கு ஆதகூர் கிராமத்தில் சிவன்கோயிலில் நடுகல் நிறுவப்பட்ட செய்தி காணப்படுகிறது.

'பிரிட்டிஷார் வந்தபிறகுதான் நாய் செல்லப் பிராணியாக ஏற்றுக் கொள்ளப்பட்டது' என்று அவர் சொல்வதில் எனக்குக் கருத்து வேறுபாடு உண்டு. எங்கள் ஊர் வேளாண்குடிமக்கள் வீட்டுக்கும் காட்டுக்கும் காவலனாக நாயைத் தொன்றுதொட்டே வளர்த்து வந்திருக்கிறார்கள். வேட்டைச் சமுதாயக் காலத்தில் இருந்தே நாய் நம் துணைவனாக இருந்து வருகிறது எனலாம்.

ஒருநாள் உணவளித்து விட்டால் போதும்; அது நம்மை மறக்காது. நம்மைச் சுற்றிச் சுற்றி வரும். 'வாலைக் குழைத்துவரும் நாய்தான், அது மனிதர்க்குத் தோழனடி பாப்பா' என்பது குழந்தைக்கும் தெரியும். அதில் ஏதாவது ஐயம் இருந்தால் விடிகாலை வேளையில் பெசண்ட் நகர் அல்லது மெரினாக் கடற்கரைக்குச் சென்று பாருங்கள் புரியும். நாயை அழைத்துச் செல்வது மனிதரா அல்லது மனிதரை அழைத்துச் செல்வது நாயா என்ற குழப்பம் ஏற்படும்.

காவல் துறைக்கு உற்ற நண்பன் நாய்தான். மோப்பசக்தியால் விடுபடாத சிக்கல்களை விடுவிக்கும் ஆற்றல் நாய்க்கு உண்டு. நாய்கள் குற்றவாளிகளுக்கு ஆதரவாகப் பொய்ச் சாட்சி சொல்வதில்லை. தன்னை வளர்த்தவர் ஏவிவிட்டால் எவரையும் கடிக்கும், குதறும். தான் கடிக்கப் போகிறவர் நல்லவரா கெட்டவரா என்றெல்லாம் நாய்கள் பார்ப்பதில்லை. முதியவர்க்கு நல்ல துணைவன். சிறார்க்கு விளையாட்டுத் தோழன்.

எல்லாம் சரிதான். நாயைச் சரியாகப் பராமரிக்காவிட்டால் வளர்ப்பவர் களுக்கு நோய்த் தொற்று ஏற்பட வாய்ப்புள்ளது. தெரு நாய்களால் ஏற்படும் தொல்லைகளுக்கு அளவே இல்லை. வீட்டில் நாள் முழுவதும் கட்டியே போடப்பட்டிருக்கும் நாய்க்கு விடுதலை உணர்வு

வந்துவிட்டால் நம் பாடு திண்டாட்டம்தான். ஆனால் சில பேர் இரவு நேரங்களில் நாயை அவிழ்த்துவிட்டு நடைப்பயிற்சிக்கு அழைத்துச் செல்வதைப் பார்க்கலாம். அதில் பாதிக்கப்படுவது அடுத்த தெரு அல்லது அடுத்த வீட்டுத் துய்மை. அதாவது தன்வீட்டை விட்டுவிட்டு அடுத்தவர் வீட்டு வாசல்முன் நாயின் இயற்கைக் கடனைக் கழிக்கச் செய்யும் புனிதப் பணியைத்தான் சொல்கிறேன்.

நாயை அதன் விருப்பத்துக்கு மீறி ஓரிடத்தில் அடைத்துவைக்க முடியாது. மனிதர்களை வேண்டுமானால் அடைத்துவைக்கலாம் அவர்களுடைய தன்மானம், தன்மதிப்புகளைக் காவுகொடுத்து. தன் வயிற்று வலிக்குத் தானே மருந்துதேடிக் கொள்ளும் அறிவு நாய்க்கு உண்டு; நாய் புற்களைப் பிடுங்கி உண்பதைப் பார்த்திருக்கலாம். பிற மருத்துவர்கள்மேல் நாய்க்கு நம்பிக்கை இல்லை போலும்.

நாயைத் தன் படுக்கையறைவரை அனுமதிக்கும் மேட்டுக்குடி மக்களைப் பார்த்திருக்கிறோம். தோழமை உணர்வைப் பாராட்டலாம். ஆனால் உடன்வாழ் மனிதர்களையும் அப்படி மதிக்கலாமே!

நாய்களுக்கு மணி, மாறன், சுப்பிரமணி, வேங்கை என்றெல்லாம் மனிதர்களின் பெயர்களை வைத்து அழைக்கிறோமே, சிலரை இச் சமுதாயம் நாயினுங் கீழாக நடத்துகிறதே, எப்படிப் பொறுத்துக் கொண்டிருக்கிறோம் இன்னும்? மேனாட்டார் நாய்களுக்கு வைத்துள்ள பெயர்களைப் பார்த்தால் வியந்துபோவோம்.

ஆண்டன் செகாவ், தாந்தே, டாவின்சி, மைக்கேல் ஆஞ்சலோ, லிங்கன், எலிசபெத், கிளியோபாட்ரா, பைரன், ஜூலியஸ், பிளாட்டோ, ஹோமர், சர்ச்சில், புரூட்டஸ், நெப்போலியன், பீத்தோவன், பெஞ்சமின் என வரலாற்றுப் பெயர்களை வைத்துள்ளார்கள். நாய்க்கு எத்துணை மதிப்புக் கொடுக்கிறார்கள் அவர்கள்!

நம் தமிழகத்தில் பலபேர், தான் வளர்க்கும் நாய்களுக்கு ஆங்கிலத்தில் பெயர் வைத்திருப்பதைப் பார்க்க முடிகிறது. தான் வளரும் தமிழ் மண்ணில் தனக்கொரு தமிழ்ப் பெயர் இல்லையே என நாய்கள் வருத்தப்படுமோ தெரியவில்லை.

16

பாரதியும் கல்விக் கொள்கையும்...

கல்வியின் சிறப்பைப் பற்றிப் பாடாத பாவலரே இல்லை... கேடில் விழுச்செல்வம் கல்வி; கற்றனைத்தூறும் அறிவு; எண்ணும் எழுத்தும் கண்ணெனத் தகும்; வெள்ளத்தால் போகாது; வெந்தணலால் வேகாது; வேந்தராலும் கொள்ளத்தான் முடியாது; என்றெல்லாம் கல்வியின் சிறப்பைப் பற்றிச் சொல்லிக்கொண்டே போகலாம்.

உண்மையான மனிதப் பிறவிக்கு வேண்டுவன என்னென்ன என்பதை வளையாபதி காப்பியம் பட்டியல் இடுவதைப் பாருங்கள்.

'உயர்குடி நனிளள் தோன்றல்
ஊனமில் யாக்கை ஆதல்
மயர்வறு கல்வி கேள்வித்
தன்மையால் வல்லர் ஆதல்,
பெரிதுணர் அறிவே ஆதல்
பேரறம் கோடலென் றாங்கே,
அரிதிவை பெறுக லேடோ
பெற்றவர் மக்கள் என்பார். (வளை... 6)

நல்ல குடியில் தோன்றல், குறையெதுவும் இல்லாத உடல் பெறுதல், கல்வி கேள்வியில் வல்லவராதல், அறவழி நிற்றல் என இவற்றோடு இருந்தால்தான் மனிதப்பிறவி பயனுள்ளதாக இருக்கும். இந்தக் கல்வியை எல்லா மக்களுக்கும் கொடுப்பதற்கு, அன்றிலிருந்து இன்றுவரை ஆண்ட அரசுகள் என்ன செய்தன? கையில் காசிருப் போருக்கு மட்டுமே கல்வி கிடைக்கும் என்பது குருகுலக் காலத்தில்

இருந்து, செவ்வாய்க்குப் போய்க் குடியேற முயற்சி செய்யும் இந்நாள்வரை தொடர்கிறதே! மனிதன் முன்னேறி விட்டானா? எல்லோரும் கற்றவராகிவிட்டால் எங்கே தன் ஆளுமை பறிபோய் விடுமே என்ற முனைப்பில் அறியாமையிலேயே மக்களை வைத்திருக்க நினைக்கும் அதிகார மையங்கள் இருக்கும் வரை, கல்லாதவர்கள் இருக்கத்தான் செய்வார்கள்.

தொண்ணூற்றாறு ஆண்டுகளுக்குமுன் தமிழ்நாட்டில் கல்வி எப்படி இருக்கவேண்டும் என்று சிந்தித்தான் ஒரு கவி. முப்பத்தொன்பது வயதில் வாழ்வை முடித்துக்கொண்ட அப்பாவலனின் தொலை நோக்குப் பார்வை, நம்மை வியக்கவைக்கிறது. அவன்தான் நம் மகாகவி பாரதி.

   'வீடு தோறும் கலையின் விளக்கம்
   வீதி தோறும் இரண்டொரு பள்ளி,
   நாடு முற்றிலும் உள்ளன ஊர்கள்
   நகர்கள் எங்கும் பலப்பல பள்ளி,
   தேடு கல்வி யிலாததோர் ஊரைத்
   தீயி னுக்கிரை யாக மடுப்போம்.
   கேடு தீர்க்கும் அமுதமென் அன்னை
   கேண்மை கொள்ள வழியிலை கண்டீர்.'

என ஆவேசமாகப் பாடுகிறார். தேசியக் கல்வி என்ற நீண்ட கட்டுரையில் கல்வியைப்பற்றி அவன் கண்ட கனவையெல்லாம் கொட்டுகிறான்.

'தமிழ்நாட்டில் தேசியக் கல்வியென்பதாக ஒன்று தொடங்கி, அதில் தமிழ் பாஷையைப் பிரதானமாக நாட்டாமல் பெரும்பான்மைக் கல்வி இங்கிலீஷ் மூலமாகவும், தமிழ் ஓர் உபபாஷையாகவும் ஏற்படுத்தினால், அது 'தேசியம்' என்ற பதத்தின் பொருளுக்கு முழுவதும் விரோதமாக முடியுமென்பதில் ஐயமில்லை... தமிழ்நாட்டில் தமிழ் தலைமை பெற்றுத் தழைத்திடுக' என்கிறார். ஆங்கிலவழிக் கல்வியை அன்றே வெறுத்தவர் பாரதியார்.

தானாகச் சிந்திக்கும் திறனைத் தாய்மொழிக் கல்வியொன்றே தழைக்கச் செய்யும். மொழியை வாயில் பூத்த மலர் என்று அழகாகச் சொன்னார் பிரெஞ்சுக் கவிஞர் மல்லார்ம். ஆன்மிகவாதிகளும் தமிழை உயிராக எண்ணிப் பாடிய வரலாறு இங்குண்டு. 'கண்ணுதற் கடவுளும் கழகமோடு அமர்ந்து' தமிழ் ஆய்ந்ததாகச் சொல்வர். நாள்தோறும் தமிழ் கேட்பதற்காக, இறைவன் எல்லோர்க்கும் காசுகொடுத்து உணவுகொடுக்கச் சொன்னாராம். சுந்தரர், 'இருந்து நீர் தமிழோடு இசைகேட்கும் இச்சையால் காசுநித்தம் நல்கிறீர்' எனப் பாடுகிறார்.

திருவிசைப்பாவில் சேந்தனார், 'பாடலங்காரப் பரிசில் காசருளிப் பழுத்த செந்தமிழ் மலர்சூடி' எனப் பாடுகிறார்.

புதிய கல்விக்கொள்கையில் மாநிலமொழிகளைப் புறம்தள்ளிவிட்டு இந்திக்கும் சமஸ்கிருதத்துக்கும் முதலிடம் கொடுக்கும் தகிடுதத்த வேலையை மைய அரசு தொடங்கியிருக்கிறது. இந்தியா முழுக்க ஒரே மொழி, ஒரே சிந்தனை, ஒரே கடவுள், ஒரே உணவு என ஒற்றைப் பண்பாட்டைத் திணிப்பது, வேற்றுமையில் ஒற்றுமை காணும் நம் இறையாண்மைக்கும் அரசியல் சட்டத்துக்கும் எதிரானதல்லவா?

ஐந்தாம் வகுப்பு வரையில்தான் தாய்மொழிக்கல்வி; நடுநிலைப்பள்ளி யில் இருந்து மும்மொழிக்கொள்கை; உயர்நிலைப் பள்ளியில் இருந்து உயர்கல்வி வரை சமஸ்கிருதமே பயிற்றுமொழி ஆகலாம். வழக்கொழிந்த மொழிக்கு உயிர் கொடுப்பதற்காக வளமான மாநில மொழிகளைப் புறக்கணிக்க நினைக்கிறது மைய அரசு. நமக்குத் தெரிந்தவரை புரோகிதரைக் கொண்டு நடத்தப்படும் திருமணங்களிலும், இறுதிச் சடங்கிலும், பிராமணர்கள் பூசாரியாக இருக்கும் கோயில்களில் நடக்கும் பூசைகளிலும் மட்டுமே பயன்படுத்தப்படும் மொழியை, பல்வேறு பண்பாடு, மொழி, நாகரிகம் கொண்ட மக்கள்மேல் திணிப்பது எங்ஙனம் சரியாகும்?

பாரதியின் கருத்துப்படி ஒவ்வொரு கிராமத்திலும் பள்ளிகள் இருக்க வேண்டும். 'பெரிய கிராமமாக இருந்தால் இரண்டு மூன்று வீதிகளுக்கு ஒரு பள்ளிக்கூடம் வீதமாக எத்தனை பள்ளிக்கூடங்கள் சாத்தியமோ அத்தனை ஸ்தாபனம் செய்யுங்கள்... உபாத்தியாயர்கள் பி.ஏ, எம்.ஏ. பட்டதாரிகளாக இருக்கவேண்டிய அவசியமில்லை. இந்த உபாத்தி யாயர்களுக்குத் தேசபாஷையில் நல்ல ஞானம் இருக்க வேண்டும். திருஷ்டாந்தமாக, இங்ஙனம் தமிழ்நாட்டில் ஏற்படும் தேசியப் பாடசாலைகளில் உபாத்தியாயராக வருவோர் திருக்குறள், நாலடியார் முதலிய நூல்களிலாவது தகுந்த பழக்கம் உடையவர்களாக இருக்க வேண்டும்.'

குறைந்த அளவே இருக்கும் அரசுப் பள்ளிகளுக்கு மூடுவிழா நடத்திக் கொண்டிருக்கும் நம் அரசுகளைப் பார்த்தால், வெந்து தணியட்டும் இவர்கள் என வெம்பிச் சீறியிருப்பானே.

பாரதியின் திட்டப்படி (அ) எழுத்து, படிப்பு, கணக்கு (ஆ) இலேசான சரித்திரப் பாடங்கள், கற்பிக்கப்படவேண்டும். இந்தியாவின் பண்டைய வரலாற்றோடு உள்ளூர் வரலாற்றையும் சொல்லிக் கொடுக்க வேண்டும். 'பள்ளிக்கூடம் ஏற்படுத்தப் போகிற கிராமம் அல்லது பட்டணம் எந்த மாகாணத்தில் அல்லது எந்த ராஷ்ட்ரத்தில்

இருக்கிறதோ, அந்த மாகாணத்தின் சரித்திரம் விசேஷமாகப் பயிற்று விக்கப்பட வேண்டும். பூமி சாத்திரத்தையும் கற்றுக்கொடுக்க வேண்டும். பூகோளம், அண்டம், கிரகங்கள், நட்சத்திரங்கள் பற்றிய பாடங்களைச் சொல்லிக் கொடுக்கவேண்டும். பூமிப்படங்கள், கோளங்கள், வர்ணப் படங்கள் முதலிய கருவிகளை ஏராளமாக உபயோகப்படுத்த வேண்டும்.

உலகில் உள்ள நாடுகள், வசிக்கும் மக்கள், விளைபொருள்கள், வணிகம், மதம், கைத்தொழில்கள், துறைமுகங்கள் பற்றிய அறிவு எல்லோர்க்கும் வேண்டும். மாநிலங்களில் இருக்கும் அற்புதமான சிற்பத் தொழில்கள், கோயில்கள், மலைகள், இயற்கை வளங்கள், நாட்டில் இருக்கும் பஞ்சம், தொத்து நோய்கள், அவற்றின் காரணங்கள் பற்றியெல்லாம் மாணவர்க்குக் கற்பிக்கவேண்டும். பிள்ளைகளை யாத்திரைக்கு அழைத்துச் செல்ல வேண்டும்.' - தன் மக்கள் அறிவில் மேலோங்கி இருக்க வேண்டும்; அதனால் இவ்வையம் தழைக்க வேண்டும் என்று எப்படியெல்லாம் கனவு கண்டிருக்கிறான் பாரதி. அதுவும் தான் வாழ்ந்த 39 வயதுக்குள் என நினைக்கும்போது வியந்து நிற்கிறோம். விண்ணுயர உயர்ந்து நிற்கிறான் மகாகவி.

ஆனால் ஆதிக்கல்வி என்றுகூறி வேதக்கல்வியைக் கற்பிக்க முனைகிறார்களே, எது வேதக்கல்வி? பசு, குதிரைகளை வேள்வித் தீயில் பலிகொடுத்து அவற்றை உண்ணும் பழக்கத்தையா, அசுவமேத யாகம் என்ற பெயரால் இரவு முழுக்க அரசி குதிரையுடன் உறங்க வேண்டும் என்ற பழக்கத்தையா, 'அப்பா, கணவன், மகன் எல்லோரும் சொல்வதைமட்டும் பெண் கேட்கவேண்டும், விடுதலை அற்றவள் பெண் எனச் சொல்லும் (பால்யே பிதிர்வஸே விஷ்டேது/ பாணிக்ரஹா யவ்வனே / புத்ரானாம் பாத்தரீ ப்ரேது / நபஜேத் ஸ்த்ரீ ஸ்வதந்த்ரதாம்' என்ற மனுவின் சுலோகத்தையா, (நன்றி: அக்கினிஹோத்ரம் ராமானுஜ தாத்தாச்சாரியார் எழுதிய, 'இந்து மதம் எங்கே போகிறது?)

தன் மரியாதையைத் தூக்கி எறிந்துவிட்டு, மாணவர்கள் ஆசிரியர்கள் காலடியில் பூத்துவி விட்டுத்தான் வகுப்பறைக்குள் நுழையவேண்டும் என்ற கட்டுப்பாட்டையா, 'நீராரும் கடலுடுத்த' என்று வணக்கப் பாடல் பாடுவதற்குப் பதிலாக 'கௌசல்யா சுப்ரஜா ராமா பூர்வா சந்த்யா ப்ரவத்ததே' எனப் பாட வேண்டியதையா? எதை வேதக் கல்வி என்கிறார்கள், புரியவில்லையே!

பகுத்தறிவாளர் முனைவர். நரேந்திர தபோல்கர் தன் 'பகுத்தறிவும் அறிவியல் மனப்பாங்கும்' என்ற கட்டுரையில், (நூல்: தி ரிபப்ளிக் ஆஃப் ரீசன்) கூறுகிறார் இப்படி. 'சில பல்கலைகளில் முதுகலைப்

பட்டப் படிப்புக்குச் சோதிடத்தை வைத்திருக்கிறார்கள்; வானவியல் அல்ல; மேலும் வேதப்பாடத்தைப் பரப்பும் நோக்கில், புரோகிதம், வேதக்கணிதம், வாஸ்துசாத்திரம், தியானம், வாழும்கலை, யோகா முதலியனவற்றை உயர்கல்விகளில் புகுத்தப் பார்க்கிறார்கள்... ... ... எத்தனையோ அறிவியலாளர்களையும் தொழில்நுட்ப வல்லுநர்களை யும் நாம் பெற்றிருந்தாலும், அறிவியல் சிந்தனையை வளர்த்தெடுக்கத் தவறிவிட்டோம்.' என மனம் குமைந்து கூறுகிறார்.

அரசின் செயல்பாட்டைப் பற்றியும், குடிமக்களின் கடமைகள் பற்றியும் பாடத்திட்டங்கள் இருக்கவேண்டும் என்று விழைந்தான் பாரதி. 'குடிகள் ராஜாங்கத்தைத் தம்முடைய நன்மைக்காகவே சமைக்கப்பட்ட கருவியென்று நன்றாகத் தெரிந்துகொள்ளவேண்டும். குடிகளுடைய இஷ்டப்படியே ராஜ்யம் நடத்தப்படவேண்டும்' என்று தன் கனவை விதைக்கிறான். கிராம பரிபாலனம், கிராம சுத்தி, வைத்தியம் முதலிய விபரங்கள் மாணவருக்குப் போதிக்கப்பட வேண்டும் எனக் கருத்துரைக்கிறான் பாரதி.

பொருள்நூல் என்ற தலைப்பில் பொருளாதாரம் பற்றிப் பேசுகிறான். தீர்வை (வரி)யைப் பற்றிச் சொல்லும்போது, 'ஜனங்களிடம் தீர்வை எத்தனைக்கெத்தனை குறைவாக வசூல் செய்யப்படுகிறதோ, அங்ஙனம் குறைவாக வாங்கும் தீர்வையிலிருந்து பொது நன்மைக்குரிய காரியங்கள் எத்தனைக்கெத்தனை மிகுதியாக நடைபெறுகின்றனவோ, அத்தனைக் கத்தனை அந்த ராஜாங்கம் நீடித்து நிற்கும்' என நல்ல அரசின் நாகரிகம் பற்றிப் பேசுகிறான் பாரதி. வணிகத்தில் கூட்டு வணிகம் செய்வதே பயன்மிக விளைக்கும் எனக் கருத்துரைக்கும்போது, 'விலை குறைவான இடத்தில் வாங்கி லாபகரமான இடத்தில் விற்பது தவறு... விளைபொருளும் செய்பொருளும் மிஞ்சிக் கிடக்கும் தேசத்தில் வாங்கி, அவை வேண்டியிருக்கும் இடத்தில் கொண்டுபோய் விற்க வேண்டும் என்பதே வியாபாரத்தில் பிரமாணமான கொள்கையாகும்.' எனக்கூறி 'வாணிபம் செய்வார்க்கு வாணிகம் பேணிப் பிறவும் தமபோல் செயின்' என்ற குறளின் கருத்தை எதிரொலிக்கிறான். தொழிலாளர்கள் பலர்கூடிச் செய்யும் தொழிலே அதிக நன்மையைத் தருவதாகும் எனத் தொழிலாளர்களின் கூட்டுழைப்பை வலியுறுத்துகிறான்.

தொழிற்கல்வி, வேலைக்கான கல்வி எனப் பிரித்து குலக்கல்விக்குத் தொடக்கவிழா நடத்த முனையும் புதிய கல்விக் கொள்கை, ஐந்தாம் வகுப்பிலேயே மாணவர்களை வடிகட்டத் தொடங்கிவிடுகிறது. எல்லோர்க்கும் கல்வி என்பதை ஒழிக்கவே, எட்டாம் வகுப்புவரை எல்லோரும் தேர்ச்சி என்பதை ஒழிக்க வருகிறது புதிய கொள்கை.

இதுவரை வாழ்வில் அடிமட்டத்தில் இருந்தோருக்கு வழங்கப்பட்டு வந்த கல்வி உதவித் தொகைகள் நிறுத்தப்படும். மாணவரில் தகுதி மிக்கோருக்கு தகுதிச் சலுகைத் தொகை வழங்க முனைவார்கள். காலம் காலமாக கல்வி மறுக்கப்பட்ட விளிம்புநிலை மனிதர்கள் நட்டாற்றில் விடப்படுவார்கள்.

'பௌதிக சாஸ்திரம், ரசாயனம் ஆகிய பாடங்களைக் கற்பிக்கத் தமிழும் ஆங்கிலமும் நன்கறிந்த ஆசிரியர்களை நியமிக்க வேண்டும். மூலப்பொருள்களின் பெயர்களுக்கு இயன்றவரை தமிழில் பெயர் சூட்ட வேண்டும். ஆக்சிஜனைப் பிராணவாயு என்றும், ஹைட்ரஜனை ஜலவாயு என்றும் மொழிபெயர்க்கலாம். மூலப்பொருள்கள் அட்டவணையில் (பீரியாடிக் டேபில்) உள்ள மூலக்கூறுகளின் குணங்கள், செய்கைகளைப் பற்றியும் சொல்லிக்கொடுக்க வேண்டும். சாதாரண சம்பாஷணை நடையில் உபாத்தியாயர் வீட்டில் எழுதிக் கொண்டுவந்து பிள்ளை களுக்கு வாசித்துக் காட்டி அவர்களை எழுதிவைத்துக் கொள்ளும்படி செய்யவேண்டும்.' என்று பாரதி கூறுவதை ஆசிரியர் பயிற்சிக் கூடத்தின் பாடத்திட்டத்தில் சேர்க்கப்பட வேண்டும்.

மாணவர்களின் கல்விக்கு ஆகும் செலவை மக்களும் அரசும் பகிர்ந்தேற்க வேண்டும். பயிலும் மாணவருக்குப் புத்தகம், ஆடைகள், உணவு முதலியன இலவசமாக வழங்கப்பட வேண்டும் என்று அன்றே பாரதி பரிந்துரைத்ததை எண்ணும்போது அவன் தொலைநோக்குப் பார்வையைக் கண்டு வியக்காமல் இருக்கமுடியாது. இந்த நேரத்தில் உலகையே திரும்பிப் பார்க்க வைத்த ரஷ்யாவின் நிலையை நினைக்காமல் இருக்க முடியாது. 1917 புரட்சிக்கு முன் மக்களில் 76% பேர் எழுதப் படிக்கத் தெரியாமல் இருந்தனர். புரட்சிக்குப் பின் மற்றொரு புரட்சி... ஆம்... பண்பாட்டுப் புரட்சிக்கு அறைகூவல் விடுத்தார் லெனின். நகரங்களிலும் கிராமங்களிலும் நூலகங்கள், படிப்பறைகள், சங்கக் கட்டிடங்கள் கட்டப்பட்டன. படிப்பறி வில்லாமல் இருந்த உழவர்க்குக் கல்வி புகட்டச் சாரிசாரியாகத் (stream of volunteers) தொண்டர்கள் கிளம்பினர். பள்ளிகள் அரசுடைமை ஆக்கப்பட்டன. அவரவர் மொழியில் கற்க உரிமை வழங்கப்பட்டது. கல்வி இலவசமாக்கப்பட்டது. 'அவர்களுடைய சொந்த அனுபவங்களில் இருந்தும், தோல்விகளில் இருந்தும், தவறுகளில் இருந்தும் அவர்கள் கற்றுக்கொண்டிருக்கிறார்கள்; அவர்களுடைய போராட்டம் வெற்றிகரமாக முடிந்ததற்குக் கல்வி எத்துணையளவு இன்றியமையாததாக இருந்தது என்பதைக் கண்ணால் காண்கிறார்கள்' என்று ஆக. 28, 1918 அன்று ருஷ்ய காங்கிரசு நடத்திய கல்விக் கருத்தரங்கில், (லெனின் படைப்புகள்; தொகுதி 28.) லெனின் உரையாற்றினார்.

பாரதி வடிவமைத்த தேசியக் கல்விக் கொள்கையில், மாணவர்கள் ஆர்வத்தோடும் இயல்பாகவும் கல்வி கற்கும் வழிகளைக் காட்டியுள்ளான். 'நமக்கு விருப்பமான கல்வியைக் குழந்தைகள்மேல் திணிக்கக் கூடாது. அவர்கள் விரும்புவது எதை என்று ஆய்ந்தறிந்து கொடுக்க வேண்டும்' எனப் பெட்ரண்ட் ரசல் கூறுவார். பாரதியும் மாணவர்களுக்கு கபடி, கிளித்தட்டு, கபாத்து முதலிய விளையாட்டு களைப் பரிந்து உரைக்கிறார். 'திருவிழாக்கள் நடைபெறும் இடங்களுக்கு மாணவர்களை அழைத்துச் செல்ல வேண்டும் அங்குள்ள மக்களின் நடை உடை பாவனைகளைக் கவனிக்கச் சொல்லவேண்டும். கடலோரம் சென்று களிக்கச் சொல்லவேண்டும். இயற்கை அழகைப் பார்த்து மகிழச் சொல்லவேண்டும்; சோலைகளுக்கு அழைத்துச் சென்று அங்கே அனைவரும் ஒன்றாக அமர்ந்து உணவு உண்ணச் (வனபோஜனம்) சொல்லவேண்டும்.' கல்வியை இனிமையாக்கப் பாரதி கூறுவனவற்றை நாமும் கடைப்பிடித்தால் கற்றலும் இனிமை யாகும். 'மலைவாழை அல்லவோ கல்வி' எனப் பாவேந்தனும் பாடியிருக்கிறார் அல்லவா!

கல்வியாளர்கள் வகுக்க வேண்டிய கல்விக்கொள்கையை வகுக்கும் குழுவில் கல்வியாளர்களே இல்லை. கல்விக்கு ஒதுக்கிய தொகையோ 6%க்குப் பதிலாக 2%க்கும் கீழ்தான். அறிவுடையோராகத் தலைமுறையை மாற்றவேண்டிய கல்விக்கொள்கை மடமையைத் திணிப்பதாக உள்ளதைக் கவலையோடு பார்க்கவேண்டி இருக்கிறது. விழிப்போடு இருக்கவேண்டும் நாம். இருப்போமா?

17

தேடுங்கள்... கண்டடைய முடியுமா...!

அந்த அரசு வங்கியில் கூட்டம் நிரம்பி வழிந்துகொண்டிருந்தது. காசு முகப்பிடம் (கவுண்ட்டர்) ஒன்றின் முன் ஒரு முதியவர், காசாளருடன் காரசாரமாகப் பேசிக் கொண்டிருந்தார். 'உங்க பணத்தை இப்ப எடுக்க முடியாதுங்க. போய் ஆதார் அட்டையை எடுத்துட்டு வாங்க. அத உங்க கணக்கோட எணச்சாத்தான், வரவு செலவு பண்ணமுடியும்.'

'என்னாங்க... வெவரமில்லாமப் பேசுரீங்க... எதுக்கெடுத்தாலும் ஆதார்... ஆதார்னு உயிரெடுக்கிறீங்க... அதான் ஆதார் அவிசியம் இல்லேண்டு நாட்டுல பெரீய்ய நீதிமன்றமே அன்னாடும் சொல்லிக் கிட்டு இருக்கே. அதுக்கு ஒரு மருவாதி கெடயாதா?' அந்தப் பெரியவர் சீறினார்.

'ஐயா... அரசாங்கத்தைப் பாத்துக் கேக்கற கேள்வியை, எங்ககிட்டக் கேட்டா நாங்க என்ன செய்யறது? எங்க மேலதிகாரி சொல்றதத்தான நாங்க கேக்க முடியும். போங்க... போய் எடுத்துட்டு வாங்க.'

'சரி தம்பி... உங்களுக்குப் பணம் வேணுங்கிறபோது, வீடு தேடிவந்து நச்சரிப்பீங்க. போட்ட பணத்தை எடுக்கவந்தா நூத்திஎட்டு நவுட்டீசம் பேசுவீங்க... பேங்குக்கு வரவேண்டாம்னாச் சொல்லீருங்க... அந்தக் காலத்தைப்போல சட்டிபானைக்குள்ளயே பணத்தை வச்சுக்கறம்.' அவமானப்படுகிறோம் என்ற உணர்வில் கூனிக்குறுகி நின்ற பெரியவரைப் பார்த்து மனம் மிகவும் வருந்தினேன்.

'ஐயா... இங்க வாங்க... நித்தம் ஒரு சட்டம் போட்டா பேங்குக்காரவுக என்ன செய்வாக... நீங்க ஆதார் அட்டை வாங்கிட்டிகளா...

இல்லையா?' நான் கேட்டவுடன், கண்ணீர் வரத் துடிக்கும் கண்களோடு பேசினார்.

'அந்தக் கெரகத்தை ஏன் கேக்கிறீங்க. சம்முகபுரம் பள்ளிக்கூடத்துல ஒரு நாப்பூராம் வெய்யில்ல நின்னு ரேகையைக்காட்டு, கண்ணைக்காட்டு, கையைக்காட்டுன்னு அளவெடுத்தானுக. ரெண்டு மாசம் கழிச்சு அட்டை வந்துச்சு. அதுல ஏம் பொறந்த வருசம் மட்டும் போட்டுருக்கானுக. தேதியைப் போடலை. ஏம் படத்தைப் போட்டுருக்கானுக பாரு... நான் செத்தபின்னால எப்பிடி இருப்பேன்னு இப்பவே பாத்துட்டேன் தம்பி. மேக்கொண்டு குடும்ப அட்டையில் ஆதார எணைக்கணும்னாங்க. சரி... சரின்னு ஆதார் நகலைக் கடையில கொடுத்து ஆறு மாசமாச்சு. போய்க் கேட்டா... உங்களது இன்னும் எணையல. போய்த் தாலுக்காபீசுல கொடுங்க. சரிபண்ணிடு வாங்கன்னாக. காடுகரையில் தண்ணியில்லாம, வேல வெட்டியில்லாம இருக்கோமே, போய் அந்தாபீசுல கொடுத்தேன். அவுங்க வாங்கிக்கிட்டு, உங்களுக்கு மாட்டுக்கார்டு வந்துரும் ஒரு மாசத்துலன்னாங்க . நானும் பாத்தேன் பாத்தேன் மாசம் மூணாச்சுது. போய்க் கேட்டா, என்ன சொல்றாங்க, 'ஆதார்ல திருத்தம்லாம் இப்ப இங்க செய்யறதில்ல... என்னமோ சொன்னாங்களே, சேவை மையமோ ஈசெண்ட்டரோ அங்க போயி மாத்திக்குங்கன்னாங்க. சொலவட சொல்வாங்கள்ள, வேலேயுமில்லை... நிக்க நேரமில்லைன்னுட்டு, போய் அங்க முன்னூறு குடுத்துப் பதிஞ்சுட்டு வந்தேன். ஆதார்ல பொறந்தநாளு, இந்தக் கொடுமையோ குடும்பமோ அட்டையைப் பதியறதுக்கு, அதாவது இவனுக செஞ்ச தப்பைச் சரிசெய்ய எனக்குத் தண்டம். வெவரமான ஆளுக கம்பீட்டர்ல பதிஞ்சாகளே. அப்பறம் ஏந்தம்பி இந்தக்கொடுமை.' குமுறித் தீர்த்துவிட்டார் பெரியவர்.

'ஆக மொத்தம்... இன்னும் அட்டையில் இன்னும் திருத்தம் வரல. அப்படித்தானே.'

'நாயவெலைக் கடயில போய்க் கேட்டுகிட்டே இருக்கேன். மாட்டுக் கார்டும் வரல. ஆனா ஆதாரத் திருத்தியாச்சு... நல்லவேளை... எல்லாரும் கழுத்தில கட்டிட்டுச் சுத்துங்கடான்னுட்டுச் சட்டம் போடாம இருக்காங்களே . பாராட்டணும் அதுக்கு. ஏந்தம்பி... இந்தக் கோர்ட்டு கீர்ட்டெல்லாம் நம்மள மாதிரி ஆளுகளுக்கு மட்டுமா?'

'ஐயா, நீங்க சொல்றது சரிதான். காவேரில தண்ணிவிடச் சொல்லிக் கர்நாடகாவுக்கு உத்தரவு போட்டாங்களே. தண்ணி வந்துச்சா? பேங்குகள்ள கோடிக்கணக்காக் கடனை வாங்கிக் கட்டாம, வெளிநாட்டுக்குப் போய் ஒளிஞ்சுக்கிட்டு இருக்காங்களே, அவுகள இந்தியாவுக்குக் கூட்டிட்டு வரச்சொல்லி உத்தரவு போட்டாங்களே.

நடந்துச்சா? அதனால இங்கே ஆளாளுக்கு ஒரு சட்டம். பாருங்க போன மாசம் மணப்பாறைச் சந்தையில இருந்து ஒழவுக்கு வேணும்ம்னுட்டு நாலஞ்சு மாடுகளப் பொள்ளாச்சிக்குக் கொண்டு போயிருக்காங்க. யாரோ ஒரு சாமியாரு வம்புக்கு வந்து பழனியில தடுத்துச் சண்டை போட்டிருக்காரு. ஆனா, மாடுகள் பாதுகாப்புங்கற பேர்ல நாட்டுல யாரும் வம்புக்குப் போகக் கூடாதுன்னு நம்ம பிரதமரே சொல்லீருக்காரே!'

'ஆமா... தம்பி... நல்ல மனுசன்... தமிழ்நாட்டுல இருந்து டில்லிபோய் அங்க போராட்டம் நடத்தற நம்ம ஆளுக படற பாட்டப் பார்க்கப் பொறுக்காம, இவிகளச் சந்திக்கவே வரலயாமே.'

'நல்லா வெனயமாத்தேன் பேசுறீங்க பெரியவரே. நம்மளப் பாதிக்கிற எதையும் தமிழ்நாட்டுல அனுமதிக்க மாட்டோம்ம்னு தமிழக முதலமைச்சர் சொல்லியிருக்கறாரே. தெரியுமா?'

'இது தெரியாதா தம்பி... அதனாலதேன் காவேரி பாயுற வயக்காட்டை யெல்லாம் கொடஞ்சு கொடஞ்சு, எண்ணெய் எடுக்க விட்டுருக்காங்க. ஒரு இருபது வருசத்துக்கு முந்தியே, அப்ப நான் நீடாமங்கலத்துல இருந்துருக்கேன். ராவெல்லாம் கொள்ளிவாப்பிசாசு மாதிரி எண்ணைக் கெணத்துல இருந்து தீ எரிஞ்சுக்கிட்டு இருக்கும். இப்பப் புதுசு புதுசாத் தோண்ட எடம் பாக்கறாங்க. இதத் தட்டிக் கேக்க நம்ம அரசாங்கம் வாயத் தொலச்சிட்டு இருக்கே. என்ன பண்ணச் சொல்றீங்க.'

'எப்படியோ, நம்ம அரசாங்கத்தைப் புரிஞ்சுக்கிட்டீங்க. பாவம்... அவங்க கவலை அவுகளுக்கு. குடிதண்ணியில்லாமச் சிரமப்பட்டாலும் சரி, வெள்ளாம பாழாப்போனாலும்சரி, கடன்பட்டு வெவசாயி செத்தாலும் சரி, அவர்களுக்குப் பதவியைத் தக்கவைக்கவே நேரம் சரியா இருக்கு.'

'இல்ல தம்பி, இதச் சும்மாவிடக் கூடாது... நானும் அம்பத்தேழாம் வருசத்துல இருந்து, பாலாறும் தேனறும் ஓடும்னாங்களே, அதப் பாத்துட்டுச் சாகலாம்னு இருக்கேன். தேடிக்கிட்டே இருக்கேன். கண்டபாடில்ல.'

'மனசைத் தேத்திக்குங்க பெரியவரே. எல்லோருக்கும் இங்க என்ன நடக்குதுங்கிறது புரிய ஆரம்பித்தாலே, பாதி விடிவு கெடைச்சிரும்.'

'போங்க... போய் ஆதாரட்டையைத் திருத்த ஆகவேண்டியதப் பாருங்க. நீதிமன்றங்கள மதிக்காத, மக்கள் படற சிரமத்தைப் பார்க்காத அரசாங்கத்தை என்ன செய்யலாம்ம்னுட்டு, எப்படி மாத்தலாம்ம்னுட்டு யோசீங்க. நாம தேடற நல்ல அரசாங்கம் கெடைக்கும். எல்லாம் நம்ம கையிலதான் இருக்கு.'

தேடுவோம்...

18

இதற்கு, இது பதில் இல்லையே..!

வீட்டில் தொலைக்காட்சிப் பெட்டிக்குக் கோபம். படம் தெரிய வில்லை. ஆனால் ஒலிமட்டும் கேட்கிறது. ஓர் அரசு விழா நடைபெற்றுக் கொண்டிருக்கிறது. தொலைக்காட்சிச் செய்தியாளர்கள் அமைச்சர் களையும் பிற எதிர்க்கட்சித் தலைவரையும், கட்சியே இல்லாமல் அரசை மிரட்டிக் கொண்டிருக்கும் சிலரையும் நேர்காணல் செய்து கொண்டிருக்கிறார்கள்.

சரி... படம் தெரியாவிட்டால் என்ன, குரல்களை வைத்து யார் யார் பேசுகிறார்கள் என்று கணித்துக் கொள்ளலாமே எனக் கேட்கத் தொடங்கினேன். நீங்களும் கேளுங்களேன்.

செய்தியாளர்: உங்களுக்குப் பெரும்பான்மை இருந்தால் அவையில் நம்பிக்கை வாக்கெடுப்பு நடத்தி, நிரூபிக்கலாமே?

விடை: ஆளுநரே கேட்கவில்லை. நீங்கள் எதற்குக் கேட்கிறீர்கள். எங்கள் ஆட்சியை யாராலும் அசைக்க முடியாது.

செய்தியாளர்: தமிழகத்தில் டெங்குக் காய்ச்சல் பெருகிக்கொண்டே வருகிறது. அரசு மருத்துவ மனைகளில் போதிய படுக்கை வசதி இல்லை என்று கூறப்படுகிறதே!

விடை: இது எதிர்க்கட்சிகள் செய்யும் சதி. எங்கள் ஆட்சியைக் கலைக்க முடியாது.

செய்தியாளர்: உளுந்தூர்ப்பேட்டை மருத்துவமனையில் மருத்துவர்கள் பற்றாக்குறை என 9/10/2017 அன்று செய்தித் தாள்களில் வந்திருக்கிறதே!

"

விடை: ஊடகங்கள் எங்களை எதிர்த்துப் பேசுவதையே வழக்கமாகக் கொண்டிருக்கின்றன. ஆனால் எங்கள் ஆட்சியைப் பிறர் கவிழ்ப்பதை அனுமதிக்கமாட்டோம்.

செய்தியாளர்: அரசு விழாக்களில் அரசியல் பேசலாமா என எதிர்க்கட்சித் தலைவர் கேட்கிறாரே. அதற்கு உங்கள் விடை.

விடை: ஓர் அரசியல்வாதி அரசியல் பேசாமல் வேறு என்ன பேச முடியும். எதிர்க்கட்சித் தலைவர் பதவி ஆசையால் ஏதேதோ பேசுகிறார். ஆனால் எங்கள் ஆட்சியைக் கலைக்க முடியாது என்பதை அவர் புரிந்து கொள்ள வேண்டும்.

செய்தியாளர்: அரசு விழாக்களுக்கு மாணவர்களை அழைத்துச் செல்லக் கூடாது எனத் தீர்ப்பு வந்திருக்கிறதே!

விடை: நீதிமன்றத்தை மதிக்கிறோம். மாணவர்கள் கூட்டங்களுக்குத் தாமாக வருவதை எதிர்க்கட்சித் தலைவர் தடுக்கமுடியுமா? அவர் இனிமேல் முதல்வராக முடியாது. எங்கள் ஆட்சி இன்னும் நூறாண்டுகள் தொடரும் என்பதை அவருக்குச் சொல்லுங்கள்.

செய்தியாளர்: மாண்புமிகு அம்மாவின் மரணத்தில் உள்ள சந்தேகங் களை விளக்க ஆணையம் அமைத்திருக்கிறீர்கள். வாழ்த்துக்கள். இதே அக்கறையை, அவர் உயிருக்குப் போராடிக்கொண்டு இருந்தபோது காட்டி இருக்கலாமே?

விடை: காட்டினோமே! மருத்துவமனைக்குச் சென்று சசிகலா அவர்களைப் பார்த்து, அவர் என்ன சொன்னாரோ அதையே எல்லோரும் சேர்ந்து, மக்களுக்குச் சொன்னோமே! ஏன்... அமைச்சர்கள், ஆளுநர், லண்டன் மருத்துவர், எய்ம்சில் இருந்து வந்தவர்கள் என எல்லோரும் ஒரே பதிலாகச் சொன்னோமே!

செய்தியாளர்: ஆனால், உங்கள் அமைச்சர் ஒருவர், அம்மா இட்லி சாப்பிட்டார், சட்னி சாப்பிட்டார் எனச் சொன்னதெல்லாம் பொய்தான், என ஒப்புதல் வாக்குமூலம் கொடுத்திருக்கிறாரே!

விடை: இது அவருடைய கருத்து. கருத்துரிமைக்கு எதிராகச் செயல் படுபவர்கள் நாங்கள் அல்ல. மாணவி வளர்மதியைக் குண்டர் சட்டத்தில் கைது செய்தபோது, சில எதிர்க்கட்சிகள் போராடினார்களே. எங்கள் கட்சியில் யார்வேண்டுமானாலும் எது வேண்டுமானாலும் பேசுவதற்கு உரிமை கொடுத்திருக்கிறோம் என்பதை மக்கள் புரிந்து கொள்ள வேண்டும். ஆனால் ஒன்றை மட்டும் எதிர்க்கட்சித் தலைவருக்குச் சொல்லிக்கொள்ள விரும்புகிறேன். அவர் கனவு பலிக்காது. எங்களை மீறி எங்கள் ஆட்சியை அவர் கவிழ்க்க முடியாது.

செய்தியாளர்: ஆறுகளில் ஆலைக்கழிவுகளும் சாயப்பட்டறைக் கழிவுகளும் கலப்பதைத் தடுக்க நடவடிக்கையே எடுக்கவில்லையா?

விடை: ஆறுகள் ஓடும் ஊர்களில் உள்ள மக்கள் இனிமேல் சோப்புப் போட்டுக் குளிக்கக் கூடாது என அறிவுறுத்தப் பட்டிருக்கிறார்கள். தவறான கருத்துக்களைப் பரப்பி எங்கள் ஆட்சியைக் கலைக்க முடியாது.

செய்தியாளர்: அம்மாவின் வழியில் ஆட்சி தொடர்வதாக அடிக்கடி சொல்கிறீர்கள். நீட் தேர்வுக்கு அம்மா எதிர்ப்புத் தெரிவித்திருந்தார் களே! நீங்கள் தமிழக மாணவர்களை வஞ்சித்து விட்டீர்களே! எத்தனை அனிதாக்கள் ஏமாந்திருப்பார்கள்?

விடை: இன்னும் நீட் தேர்வுக்கு நாங்கள் எதிர்ப்புத் தெரிவித்துக் கொண்டுதான் இருக்கிறோம். ஆனால் இதைச் சொல்லி எங்கள் ஆட்சியைக் கவிழ்க்க நினைத்தால், அது பகல்கனவாகவே போய்விடும்.

செய்தியாளர்: சசிகலா அம்மையாரின் தயவால்தான் இந்த ஆட்சி அமைந்திருக்கிறது என ஓர் அமைச்சர் சொன்னாரே! அவர் உங்கள் கட்சியைச் சார்ந்தவரா அல்லது...

விடை: அவர் சொன்னதற்குத் தக்க விளக்கத்தை அன்று மாலையே கொடுத்து விட்டாரே. அடிக்கடி எங்கள் அமைச்சர்கள் சும்மா ஏதேனும் பேசுவார்கள். அதை நீங்கள் நம்பிக் கேள்வி கேட்கக் கூடாது. இப்படிச் சொல்லி மட்டும் எங்கள் ஆட்சியைக் கவிழ்த்துவிட முடியாது.

செய்தியாளர்: மழை வருவதற்காகத் திருப்பதி சென்று வந்தீர்கள். இங்கே நாடுமுழுக்க அள்ளப்படாமல் கிடக்கும் குப்பைகளை அகற்றுவதற்கு, போதிய மருத்துவர்கள் இல்லாத மருத்துவமனை களில் நிறைய மருத்துவர்களை அமர்த்துவதற்கு, நலப்பணியாளர் களை நியமிப்பதற்கு ஒருமுறை திருப்பதி சென்று வருவீர்களா?

விடை: எத்தனை தடைகள் எதிர்க்கட்சிகள் மூலம் வந்தாலும், எங்கள் ஆட்சியைக் கலைக்கமுடியாது.

இப்படி எவ்வளவு நேரம்தான் கேட்டுக் கொண்டிருப்பது? தொலைக்காட்சியை அணைத்து விட்டேன்.

19

குழந்தையும் இளமையும்... பலிபீடத்திலா..?

'ஒரு பாட்டுக்கு ஆடிட்டுத்தான் போவேன்...' அடம்பிடிக்கிறாள் தென்றல்.

'நேரம் ஆகுதடி... இப்பவே மணி ஒம்பதரை ஆச்சு... அப்பறம் உள்ள விட மாட்டாங்க... வாடி...' தாயின் கெஞ்சலுக்குக் குழந்தை பணிவதாயில்லை. உடனே செல்லில் இருந்து அழகே அழகே... பாடலை இசைக்கவிட்டாள். மகிழ்ச்சியில் துள்ளிக் குதித்த தென்றல் அவளாகக் கற்பனை செய்தபடி ஆடினாள். 'சரி... போலாம்மா' என்று புத்தகப் பையைத் தூக்கியபடி பள்ளிக்குக் கிளம்பி விட்டாள். முது மழலையர் வகுப்பில் படிக்கிறாள்.

பள்ளியிலிருந்து அடிக்கடி புகார்கள் வரத் தொடங்கின. 'வகுப்பில் நாங்கள் ஒரு பாட்டைப் பாடினால், இவள் வேறு ஏதோ பாடத் தொடங்கி விடுகிறாள்.' என ஆசிரியர் புலம்பினார். 'ஜாக் அண்ட் ஜில் வெண்ட் அப் தி ஹில்' என்று எல்லாக் குழந்தைகளும் சேர்ந்து பாடிக் கொண்டிருக்கும்போது, தென்றல் மட்டும் 'ஆனை வருது ஆனை வருது, ஆடி அசஞ்சு அழகா வருது.' எனப் பாடத் தொடங்கிவிட்டாள். இவள் அருகே உள்ள பிள்ளைகளும் ஆனை வருது எனப் பாடறாங்க... நாங்க சொல்றபடி கேக்க வேண்டாமா? என்று பரிதாபமாகக் கேட்கிறார் ஆசிரியர். தாய்மொழி மட்டுமே நெஞ்சுக்குள் கொஞ்சி விளையாடும். இரவல் மொழிகள் அதற்கு அடுத்துத்தான். எனவே தான் தாய்மொழியில் கல்விவேண்டும் எனக் கல்வியாளர்களும் முற்போக்காளர்களும் வலியுறுத்திக் கொண்டிருக்கிறோம் என்றால், ஆட்சியாளர்களுக்குப் புரிவதில்லை.

இதே குழந்தை பள்ளியில் சொல்லிக்கொடுத்த 'ஜம்பிங் ஆன் தி பெட்' என்ற பாட்டை வீட்டில், கட்டிலின்மேல் நின்று குதித்துக் குதித்துப் பாடி, வழுக்கி விழுந்து மண்டையை உடைத்துக்கொண்டாள். மருத்துவமனையில் இரண்டு நாட்கள் கழிந்தன.

தவறு எங்கே இருக்கிறது? குழந்தையிடமா? மழலையரின் மனமறிந்து சொல்லிக் கொடுக்க முடியாத கல்வி முறையிலா? வளர்க்கும் பெற்றோரிடமா?

ஆங்கிலப் பாடலைவிடத் தன் தாய்மொழியில் கேட்ட பாடலின் ஒலிநயம் குழந்தையை ஈர்த்திருக்கிறது. நாட்டியத்தின்மேல் உள்ள விருப்பத்தை நினைத்தவுடனே வெளிப்படுத்தத் துடிக்கிறது மழலையின் மென்மனம். இவற்றிற்கு வடிகால் அமைத்துக் கொடுப்பது ஆசிரியர், பெற்றோர்களின் கடமை அல்லவா? ஆடற மாட்டை ஆடிக் கறக்கணும், பாடற மாட்டைப் பாடிக் கறக்கணும் என்பது சொலவடை. குழந்தைகளின் விருப்பத்தையும் திறனையும் அறிந்து கொடுக்க வேண்டிய கல்விமுறை நம்மிடம் இல்லை என்பதே உண்மை.

நாம் உயர்பள்ளியிலும் கல்லூரியிலும் படிக்கிற காலத்தில், எத்தனை பேர் வகுப்பறையில் ஆசிரியரைத் தனியாகப் பேசவிட்டு (!), ஏடுகளில் ஓவியங்களைத் தீட்டி இருப்போம்? நான் பழனிக் கல்லூரியில் வேதியியல் படிக்கும்போது, பேராசிரியர் மூலக்கூறுகளின் அட்டவணையை (பீரியாடிக் டேபில்) நடத்திக் கொண்டிருக்கும் போது, வகுப்பறைக்கு நேராகத் தெரியும் இடும்பமலைமேல் தவழும் மேகங்களைத் தொடர்ந்து போய்க்கொண்டிருந்த பொழுதுகள் நினைவுக்கு வருகின்றன...

'சொன்னதைச் செய்... மனதில் உருப்போடு... ஏன் என்று எதையும் கேட்காதே... பி. கே. வி... பரிட்சைக்குக் கட்டாயம் வரும் என நட்சத்திரக் குறிபோட்ட வினாக்களை மட்டும் படி...' என மாணவர் களைப் பழக்கப்படுத்திவிட்ட கல்விமுறை. கேள்வியே கேட்கக் கூடாது எனப் பழக்கப்படுத்தி விட்டோம். அதனால் வளர்ந்ததும், சமூகத்தில் எது நடந்தாலும் கேள்வியே கேட்காமல் வாயிழந்தவர் களாக வளர்கிறது வருங்காலத் தலைமுறை.

ஒரு குழந்தை கேட்கிறது, 'பத்து, இருபது... ... . என்பது, அதற்கடுத்து தொன்பதுதானே... ஏன் நூறு வரும்முன் தொண்ணூறு வருகிறது? அதுபோல் ஆயிரம் வருவதற்குமுன் தொள்ளாயிரம் வருகிறது? தமிழில் வரும் சொல்லாட்சி தெரியாத கணக்காசிரியர் இதற்குத் தக்க விடை சொல்லமுடியுமா?

குழந்தைகளைக் குறிவைத்தே, குழந்தைகளை விளம்பரத்தில் நடிக்க வைத்து ஊறுவிளைவிக்கும் மிட்டாய்கள், சாக்லெட்டுகள், உயரத்தை

உடனே உயர்த்தும் குடிப்பான்கள், நூடில்சுகள், மைதா கலந்த பிஸ்கோத்துகள் எனப் பலபொருள்களைச் சந்தைப்படுத்தும் வணிகர்களைத் தட்டிக் கேட்டிருக்கிறோமா? கோலிக்குண்டு அளவுக்குச் சாக்லெட்டை வைத்து அடைத்து விற்கப்படும் கிண்டர்ஜாயின் விலை பத்துமடங்கு அதிகவிலை என்பது யாருக்குத் தெரியும்?

குடும்பத்தில், குறிப்பாக கணவன் மனைவி இருவரும் வேலைக்குப் போகவேண்டிய சூழலில் வளரும் குழந்தைகள், குழந்தைமையையே தொலைத்துவிடுகிறார்கள். கணவனைச் சீக்கிரம் வேலைக்கு அனுப்ப வேண்டிய அவசரத்தில், குழந்தை சரியாகச் சாப்பிடுகிறதா எனக்கூடக் கவனிக்கமுடியாமல் கணவனுக்கு மட்டும் உணவு பரிமாறும் நவீன வாசுகிகள் பெருகி விட்டார்கள். எத்தனை இல்லங்களில் மழலையரை உடன் இருத்திப் பெற்றோர்கள் உணவு உண்கிறார்கள்? அடுக்ககங்களில் வசிப்போரால் நிலாவைக் காட்டிச் சோறூட்டமுடியாது. அன்போடு அரவணைத்துத் தானும் உண்டு குழந்தைக்கும் ஊட்டி மகிழ்வதில் கிடைக்கும் இன்பம் கோடி கிடைத்தாலும் கிடைக்குமா?

குழந்தைகளோடு விளையாடித் தோற்றுப் போய்ப் பாருங்கள்... அப்போது மலரும் மழலையரின் முகத்துக்கு முழு நிலாக்கூட ஈடாகாது. கலீல் கிப்ரான் சொன்னபடி, நம் மூலமாக உலகுக்கு வந்தவர்கள் அவர்கள். அந்த அரிய, பொன்னான குழந்தைப் பருவத்தைப் போற்றிக் கொண்டாடி அவர்களை மகிழ்வித்து, அதனால் நாமும் மகிழ்ந்து வாழ்ந்தால் எல்லாம் இன்பமயமே.

தோளுக்கு மிஞ்சினால் தோழன் என்பதை அறிவோம். ஆனால் நம் செல்லக் குழந்தைகள் வளரவளர இந்த உலகத்தை, நாம் வாழும் சூழலை, இயற்கையை, இந்த மண்ணின் பெருமையை, இந்த நாட்டு விடுதலைக்கு வேராகிப்போன வீரர்களின் வரலாற்றை, உடன்வாழும் மக்களின் இன்ப துன்பங்களை, ஒரு குடிமகனாக ஆற்றவேண்டிய பணிகளை எல்லாம், சிறுகச் சிறுகச் சொல்லிக் கொடுக்கவேண்டியது பெற்றோரின் கடமையாகும்.

நம் வாழ்வியலைச் சொல்லிக் கொடுக்காத கல்வியால் என்ன பயன்? முனைவர் எம்.எம். கல்பூர்கியின் கதைநாயகன் பசவண்ணா சொன்னதுபோல், 'படிப்பு ஒரு பயனற்ற வேலை'யாகப் போய்க் கொண்டிருக்கிறது. பள்ளிக்கூடத்தின் பக்கமே போகாத நாட்டுப்புற அறிஞர் கி.ரா சொல்வார், 'மழைக்காகப் பள்ளியில் ஒதுங்கினேன். மழையை ரசித்துக்கொண்டு பள்ளிக்குச் செல்லாமல் இருந்து விட்டேன்' என்று. உலகையும், இயற்கை எழிலையும், கலையையும், இலக்கியத்தையும் பார்த்து, படித்துப் பெறும் பட்டறிவைத் தராத கல்வி புல்லுக்கு இறைத்த புனலாகப் போய்விடும் அன்றோ!

மீமிசை ஆற்றல் கொண்ட குழந்தைகளை, அதாவது 1330 திருக்குறட் களை மனப்பாடமாக ஒப்பிக்கும் திறன், உலக நாடுகள் - தலைநகர்கள், கடல்கள், கண்டங்கள், உலகத் தலைவர்களின் பெயர்கள், ஆறுகள், மலைகள் எனப் பல தகவல்களை நினைவாற்றலால் சொல்லக் கூடிய மழலைகளைப் பாராட்டுகிறோம். ஆனால் வயதுக்கு மீறிய அறிவைப் புகட்ட எண்ணிப் பெற்றோர் குழந்தைகளின்மேல் ஏவும் வன்முறை யாகவே இதைக் கருத வேண்டியிருக்கிறது. எல்லோரும் பதின்கவனகர் ஐயா ராமையாவாக ஆசைப்படுவதில் தவறில்லை. அதே நேரத்தில் மழலையரின் மண்டையைத் திறந்து எல்லாத் தகவல்களையும் இப்போதே கொட்ட வேண்டிய தேவை என்ன என்பதைச் சிந்திப்பது நல்லது. பூப்போல மலரவேண்டிய கல்வி புயலாகப் புகட்டப்படு வதை ஏற்க முடியவில்லை.

கலையை வளர்க்கிறோம் என்று சொல்லிக்கொண்டு பெரும்பான்மை யான தொலைக்காட்சி ஊடகங்கள், குழந்தைகளுக்கான ஆட்டம். பாடல் பாடுதல், நடிப்பு நிகழ்ச்சிகளை நடத்தத் தொடங்கி விட்டன. அந்தச் சின்னப் பூக்களின் கல்வி பாதிக்கப்படுவதைப் பற்றி எந்தப் பெற்றோரும் கவலைப்படுவதாகத் தெரியவில்லை. தன்னால் நிறைவேற்ற முடியாத ஆசைகளை எல்லாம் மூட்டை கட்டித் தன் குழந்தைகளின் முதுகின்மேல் சுமத்துவது எப்படிச் சரியாகும்?

இன்றைய ஆங்கிலவழிக் கல்விமுறையில், வேர்ட்சுவொர்த்தைத் தெரிந்த அளவுக்கு வீரன் கட்டபொம்முவையோ, வேலு நாச்சியாரையோ தெரியாது. நம் தமிழ், தமிழரின் தொன்மை புரியாது. சொந்த மண்ணுக்கே அன்னியமாகிப் போகிற தலைமுறையை உருவாக்குவதில், பெற்றோர் பங்கே பெரும் பங்கு. வேலையையே இலக்காகக் கொண்டு ஊட்டப்படும் கல்வியால், பதினொன்றாம் வகுப்புப் பாடம் படிக்காமல் +2 பாடங்களைப் படித்துத் தேர்வில் தேறிவிடலாம். இனிமேல் நீட் தேர்வுக்கு மட்டுமே படித்தால் போதும். பிற அறிவு தேவையில்லை என்ற நிலை வரலாம்.

பாடப்புத்தகங்கள் மட்டுமே படிப்பு என வளரும் இளைஞன், வருங்காலத்தில் இந்த நாட்டை நினைப்பானா? மக்களை நினைப்பானா? மொழியை நினைப்பானா? தமிழின் இலக்கியச் செறிவைப் பற்றி ஏதேனும் அறிவானா? எதிர்காலத்தை நினைத்தால் கலக்கமாக இருக்கிறது. அறிவைச் சேகரிக்கும் அகவை; எந்திரங்களாகப் போன இளமை; வேடிக்கை மனிதராகப் போகும் நிலைமை.

சிந்தித்துச் செயலாற்ற வேண்டிய அரசு தூங்கிக்கொண்டிருக்கிறது. பெற்றோர்களிடமே பெரும் பொறுப்பு இருக்கிறது. மகன் ஆசைப்படு கிறான் என்று ஒன்றே கால் லட்சம் ரூபாயில் இரு சக்கர வாகனம்

வாங்கிக் கொடுக்கும் நாம், சாலை விதிப்படி அதை ஓட்ட வேண்டும் என்று சொல்லித்தர வேண்டாமா? உரிமம்பெற வயதில்லாதவன் ஓட்டக்கூடாது என்பதைப் பெரியவர்கள் சொல்லவேண்டும்.

உலகத்தைக் கைக்கணினியில் காணத்தெரிந்த இளைஞன், உயிர் குடிக்கும் கணினி விளையாட்டுகளை விளையாடக் கூடாது என்று சொல்லவேண்டும். அவனை நண்பனாக அணுகவேண்டும். அதிகாரம் செய்தால்தான் அப்பா என்ற எழுதா விதியை மாற்ற வேண்டும்.

நாற்பது ஆண்டுகளுக்குமுன் பயின்ற இளைஞர்கள், தன் விருப்பப் பாடம் அல்லாமல், தமிழ் இலக்கியங்களையும் விரும்பிப் படித்தார் கள். முனைவர் மு. வ., திரு.வி.க., நா. பா., ஜெயகாந்தன், புதுமைப் பித்தன், லா. ச. ரா., தி. ஜா., தமிழ்வாணன்... எனப் பல படைப்பாளி களை உள்வாங்கிக்கொண்டு வாழ்ந்தார்கள். நூலகத்துக்குப் போக இயலாத பெண்களுக்கு வசதியாக, மிதிவண்டியில் நடமாடும் நூலகங்கள் இயங்கிய காலம் ஒன்றிருந்தது. எல்லாம் கனவாகப் போனதா?

வெளித்திடலில் விளையாட்டு, நண்பர்களுடன் உரையாடல் என வளர்ந்த காலம் போய், செல்பேசி வழியாகவே உரையாட்டும் விளையாட்டும் என மாறியதை நினைத்தால், இளைமையைத் தொலைத்துவிட்டு இயங்கும் இக்காலத் தலைமுறைக்காக மிக வருந்த வேண்டி இருக்கிறது.

இளைமையைக் கொடூரமாகப் பறிக்கப் பிறந்த குடிப்பழக்கம்: அரசே இளைஞர்கள்மேல் ஏவும் வன்முறை இது. +2 படிக்கும் மாணவப் பருவம் முதல் குடிக்கு அடிமையாகத் தொடங்கிவிட்ட தலைமுறையை நினைத்தால், நெஞ்சாங்குலை பதறுகிறது. நண்பர் ஒருவர் சொன்னார்: 'நாட்டில் இனி முதியவர்களே இருக்க மாட்டார்கள். குடித்துக் குடித்து இளைஞர்கள் செத்துவிடுவார்களே! அப்போது முதியவர்களே இருக்க மாட்டார்கள்தானே.' என்று. திறமை இருக்கின்ற இளைஞர்களைப் பாராட்டிப் போற்ற நினைக்காத அரசின் திறமின்மையால், இந்திய இளைஞர்களுக்கு வெளிநாட்டு வேலையே வாழ்வின் பெரும்கன வாகப் போய்விடுகிறது. புதிய உலகைப் படைக்கப் புறப்பட்ட இந்திய மூளைகளுக்கு வெளிநாடுகளில் ஏகப்பட்ட கிராக்கி.

வறுமையை எப்படியாவது வெல்வதற்காகப் புறப்பட்டு கர்நாடகச் செம்மரக் காடுகளில் கருகிச் சாவோர் எத்தனைபேர்? படித்த கல்வியும் பெற்ற பட்டமும் பயன்படாமல் போகிறதே என மனம் வெம்பி, வன்முறையாளர்களாக மாறியவர்கள் எத்தனைபேர்? சமூக அவலங்களைச் சாடி அரசுக்கு எதிராகக் குரல் எழுப்பியதால், குண்டர்

சட்டம் ஏவப்பட்டுச் சிறையில் ஆண்டுக்கணக்கில் சிதைந்து கொண்டிருப்போர் எத்தனைபேர்?

நூறு இளைஞர்களைக் கொடுத்தால் இந்தியாவையே மாற்றிக் காட்டுவேன் எனச் சுவாமி விவேகானந்தர் கேட்டு மறைந்துபோய்ப் பல ஆண்டுகள் கழிந்துவிட்டன. எங்கே அந்த நூறு இளைஞர்கள்?

மாற்றத்துக்காகப் போராடும் இளைஞர்களை ஒடுக்க நினைக்கும் அரசுகளின் ஆணிவேரைப் பிடுங்கி எறியப் புறப்பட்டுவிட்டது புதிய படை என்பதை அண்மையில் நடந்த போராட்டங்கள் மெய்ப்பித்துக் காட்டின. மொழிக்கும் மாநில உரிமைகளுக்கும் ஊறு வந்தால் எதிர்த்து நிற்போம் என்பதைச் சல்லிக்கட்டு, இந்தித்திணிப்பு எதிர்ப்பு, கதிராமங்கலப் போராட்டம், நீட் தேர்வை எதிர்த்துப் போராட்டங்கள் மூலம் அறிவிக்கிறது புதிய தலைமுறை.

நம்பிக்கை குறையவில்லை. புதுப்புதுக் கருத்துக்கள் ஊறும் உள்ளத்துக்குச் சொந்தக்காரர்கள், வழிமாறிப் போன ஆடுகளை வளைத்துக் கொண்டுவந்து, பேருருவம் எடுப்பார்கள். இந்த மண்ணில் விளையும் எதுவும் சொத்தையாகப் போவதில்லை.

20

கண்டு கொதிக்குதடா நெஞ்சம்..!

'போராட்டக்காரர்கள் கைது... குழித்துறையில் 9000 பேர்; அனுமதியின்றிப் போராடியதற்காகவும், பொதுமக்களுக்கு இடையூறு விளைவித்தமைக்கும் கைதானார்கள். தங்கச்சிமடத்தில் 500பேர் ஊர்வலம்; கோட்டக்குப்பத்தில் மறியல்; சின்னத்துறையில் போராட்டம்; முதுநகரில் (கடலூர்) மீனவர்கள் கைது; இடிந்த கரையில் 3000 பேர் பேரணி; இவர்கள் மாநில மைய அரசுக்கு எதிராகப் போராடினார்களா? 'காப்பாத்துங்க... காப்பாத்துங்க. ஆழ்கடல்ல இன்னும் தத்தளிச்சுக் கிட்டு இருக்கற எங்க ஆளுகளக் காப்பாத்துங்க...' என்ற ஓலம்தான் கேட்கிறது. கண்கொண்டு பார்க்க முடியவில்லை நம்மால். கணம்தோறும் நடுக்கடலில் உயிருக்குப் போராடிக்கொண்டு, தளர்ந்தபடி மிதந்து கொண்டு இருக்கும் தம் சொந்தங்களைக் காப்பாற்ற எவரேனும் வரமாட்டார்களா என்ற எதிர்பார்ப்பில் அழுது புரண்டுகொண்டு இருக்கும் பெண்களின் கண்ணீர்க்குரல் அரசுகளின் காதுகளுக்கு எட்டவில்லையா?

ஒக்கிப்புயல் நாஞ்சில் நாட்டையே அடித்துத் துவைத்துப் போட்டிருக்கிறது. புயல் வருவதற்குப் பத்து நாட்களுக்கு முன்பே ஆழ்கடலுக்குச் சென்றவர்கள் அவர்கள். சந்திரனில் நீர் இருப்பதைக் கண்டுபிடித்த விண்தொழில் நுட்பம் வளர்ந்த நாட்டில், ஆழ்கடலில் இருக்கும் மீனவ நண்பர்களுக்கு எச்சரிக்கை செய்யும் அளவுக்கு நம்மிடம் தொழில்நுட்பம் வளரவில்லை. ஆபத்துக் காலத்தில்

அழைத்தால் வருவோம் என்ற கடலோரக் காவல்படைக்குத் தெரிவிக்கக் கொடுத்திருந்த கருவியின் அழைப்புக்குச் செவிசாய்க்க ஆளில்லை எனச் சின்னத்துறை மீனவர் ஒருவர் புலம்புகிறார். இவர் தன் கண்முன்னாலேயே தம்பியைப் பறிகொடுத்துவிட்டு, இரண்டு நாட்களுக்குமேல் நீந்தியே கரையை அடைந்தவர். உடன் நீந்திய சிலர் உப்பு நீரைக் குடித்ததால் இறந்த காட்சியைக் கண்டு நொந்தவர்.

நடுக்கடலில் அதாவது 650 நாட்டிக்கல் மைல் தூரத்துக்குச் சென்று மீன் பிடிப்பவர்களைத் தேடவந்த கப்பல் 60 நாட்டிக்கல் மைல்தூரத்துக்குள் தன் வேலையை முடித்துக்கொண்டது. அதாவது, 'ஆத்துல போட்டதைக் குளத்துல தேடுன மாதிரி 'சொலவடை நடந்து கொண்டிருக்கிறது. நம்மவர்களையே சுட்டுத் தள்ளும் இலங்கைப் படைக்குக் கப்பல் பரிசாகக் கொடுத்தவர்கள் நாம். நம் கப்பற் படையே சுட்டதாக அண்மையில் செய்தி வந்தது. அதை மறைப்பதற்குச் சப்பைக்கட்டுக் கட்டிக் கொண்டிருக் கிறார்கள்.

3000க்கும் மேற்பட்டவர்களை மீட்க 3 ஹெலிகாப்டர்கள் போதுமா? சிறிய படகிலேயே நெடுந்தூரத்தை மீனவர்கள் கடக்கும்போது, மீட்புக்கப்பல்கள் செல்லமுடியவில்லை என்பதை எப்படி நம்புவது எனக் கண்ணீரால் கரைந்த மக்கள் கேட்கும் வினாக்களுக்கு விடை சொல்ல எவருமில்லை. இடிந்தகரைப் பேரணியில் ஒரு வயதான அம்மையார் அழுதபடியே கூறுகிறார், 'எங்களைக் கூட்டிட்டுப் போங்க... நாங்க கண்டுபிடிக்கிறோம்' என்று.

ஆயிரக் கணக்கான உயிர்கள் தத்தளித்துக் கொண்டிருக்கும்போது, ஆறுதல் சொல்லக்கூட முதல்வர் வரவில்லையே எனக் கேள்வி கேட்கிறார்கள். இரட்டை இலையின் மகத்துவத்தையோ, ஆர். கே. நகரில் வாக்குவேட்டைக்குச் செல்லவேண்டிய மிக மிக மிக முக்கியமான பணியில் முதல்வர் ஈடுபட்டிருப்பது பற்றியோ, எம். ஜி. ஆர். நூற்றாண்டு விழாச் சிறப்பு பற்றியோ, அன்னவர் நடித்த படங்களில் இருந்து பல காட்சிகளைப் பதாகைகளில் வைத்துத் தேசத் தொண்டாற்றுவது பற்றியோ அறியாதவர்கள் புலம்புகிறார்கள்! எத்தனைபேர் கடலுக்குள் சென்றார்கள்? எத்தனைபேர் மீண்டார்கள்? என்பதையே சரியாகக் கணிக்கமுடியாமல் அமைச்சர்களும் அதிகாரி களும் ஆளாளுக்கு முரண்பட்ட புள்ளிவிவரங்களை அள்ளிவீசிக் கொண்டிருக்கிறார்கள்.

மீனவர் ஒருவர் கேட்கிறார், 'நாங்கள் இந்தியக் குடிமக்கள் இல்லையா? எங்களைப் பற்றிக் கவலைப்படாமல் ஆட்சியாளர்கள் இருப்பதற்கு எங்கள் மதம் ஒரு காரணமா? (பெரும்பான்மையினர் கிறித்துவ மதத்தினர்.) எங்கள் இனம் காரணமா? தமிழன் தானே

செத்துத் தொலையட்டும் என்று நினைக்கிறார்களா?' வினாக்கள் நிறைய விடைதேடி அலைந்துகொண்டும் அழுதுகொண்டும் இருக்கின்றன. அண்டை மாநிலமான கேரளாவில் முதல்வர் எப்படித் தன் மக்கள்மேல் அக்கறை கொண்டு உதவுகிறார்? இழப்பீடும் அவர்களைப் பார்த்துத்தான் தமிழகம் கொடுக்கவேண்டி இருக்கிறது. அதனால்தான் அவர்கள் கெஞ்சுகிறார்கள், 'எங்களையும் கேரளாவோட சேத்திருங்களே,' என்று.

இத்தனை உயிர்களைக் குடித்த கொடிய நிகழ்வைப் பேரிடராக அறிவிக்க முடியாது என மைய அரசு கூறிவிட்டது. மாடுகளைப் பற்றி மட்டுமே கவலைப்படத் தெரிந்தவர்கள், மனிதர்களைப் பற்றியா கவலைப்படுவார்கள்! விரைவில் ஆய்வுக்கு மத்தியக் குழு வருவதாகச் சொல்லி இருக்கிறார்கள். வறட்சியையும், வார்தா புயலையும் ஆய்வு செய்து மத்தியக்குழு கொடுத்த அறிக்கை பற்றி நாம் அறிவோம்!

மனித உயிர்களின் மதிப்புத் தெரிந்திருந்தால், பசுக்குண்டர்களின் வன்முறையை ஆதரிப்பார்களா? கருவுற்ற பெண்ணின் வயிற்றைக் கிழித்துக் குழந்தையையும் கொன்ற சாதனையாளர்களிடம் இரக்கத்தை எதிர்பார்க்க முடியுமா? தமிழகம் ஒவ்வொரு நிலையிலும் புறக்கணிக்கப்பட்டு, ஒதுக்கப்படும் நிலை வளர்ந்துகொண்டே இருக்கிறதே! காவல் இல்லாத வீடாகப் போய்விட்டதே தமிழ்நாடு. விவசாயிகள், நீட் கொடுமையால் பாதிக்கப்பட்ட அனிதாக்கள் போன்றோரின் மரணத்தைப்பற்றி எள்ளளவும் கவலைப்படாத அரசின்கீழ் நாம் இருப்பதை நினைத்தால், நெஞ்சு கொதிக்கிறது.

'இரக்கம் எங்கு உகுத்தாய்? என்மேல் எப்பிழை கண்டாயப்பா?' என்று ராமனைப் பார்த்து அவனால் கொலைசெய்யப்பட்ட வாலி கேட்பதாகக் கம்பன் காட்சி அமைத்திருப்பார். தமிழக மீனவர்களும் அதைத்தான் கேட்கிறார்கள்.

அல்லல்பட்டு மக்கள் ஆற்றாது அழுத கண்ணீர், அரசை அழிக்கும் என்பதை எப்போது உணரப்போகிறார்கள் இவர்கள்? 2015 சென்னைப் பெருவெள்ளத்தின்போது, பாதிக்கப்பட்டவர்களைக் காப்பாற்ற ஓடோடி வந்த மீனவ இளைஞர்களின் உயிரைக் காப்பாற்ற எவருமே இல்லையா இந்த நாட்டில்?

ஒரு தொலைக்காட்சி நேர்காணலில் மீனவ அமைச்சரிடம், 'தேர்தல் பரப்புரைக்குச் செல்லும் முதல்வர், எங்களைப் பார்த்து ஆறுதல் சொல்ல வரக்கூடாதா? என மீனவர்கள் கேட்கிறார்களே' என நெறியாளர் கேட்ட வினாவுக்கு, அவர் என்ன விடை சொன்னார் தெரியுமா? 'அப்ப... ஆர். கே. நகர்த் தேர்தலை ஒத்தி வச்சுரலாமா?'

என்றார். மக்களைக் கிள்ளுக்கீரையாக நினைக்கும் இவர்களிடம் மானுட நேயத்தையோ ஈவு இரக்கத்தையோ எப்படி எதிர்பார்க்க முடியும்?

முறைசெய்து காப்பாற்றும் மன்னவன் மக்கட்கு, இறை என்று வைக்கப்படும் எனச் சொல்லிக்கொடுத்திருக்கிறார் வள்ளுவர். ஆனால், இந்தியத் திருநாட்டில் குறிப்பாகத் தமிழகத்தில் முறைமீறி நடப்பது ஆளும் அரசாக இருக்கும்போது, மக்கள் கண்ணீரிலேயே காலத்தைக் கழிக்க வேண்டி இருக்கிறது.

காவிரி நீருக்கான உரிமையைப் பெறமுடியவில்லை. விளை நிலங்களை அழித்துப் பெரும் முதலாளிகளுக்குத் தாரைவார்த்துக் கொடுப்பது வளர்ந்துகொண்டே வருகிறது. தமிழ்நாடு பொது ஆணையத் தேர்வில் தமிழ் தெரியாத பிறரும் பங்கேற்கலாம் என்ற முறையில்லாச் செயலைத் தட்டிக்கேட்கத் திராணியில்லை. தாய்மொழியைக் கட்டாயப் பாடமாக்கத் துப்பில்லை. எல்லா நிலைகளிலும் புகுத்தப்படும் இந்தியை எதிர்க்க அரசு அணியமாக இல்லை. தலையாட்டிப் பொம்மைகளிடம் என்ன நீதியை எதிர்ப்பார்க்க முடியும்?

கருணை இல்லா ஆட்சி கடுகி ஒழிக என்று, அன்றே வள்ளலார் இடித்துரைத்ததை மறந்துவிட்ட அரசுகள் நெடுநாள் கோலோச்ச முடியாது. துடிக்கும் உயிர்கள் ஆழ்கடலுக்குள்! எப்படிக் கவலையின்றி இருக்கமுடிகிறது இவர்களால்? வரலாறு நீரோ மன்னர்களை, நீண்ட நாள் அனுமதிப்பதில்லை. மக்களின் உயிருக்கும் வாழ்வாதாரத்துக்கும் உறுதி கொடுக்காத அரசு எப்படி மக்களின் ஆட்சியாக இருக்க முடியும்.

21

சபீனாவுக்குக் கலிங்கத்தானின் மடல்

அன்பு சபீனாவுக்கு, வாழ்த்துக்கள். நலம். நலம்தானே. ஒரு கிழமைக்குமுன்பு மனிதநேயத்தைப் பற்றியும் அண்மையில் எழுத்தாளர் பெருமாள் முருகனுக்குச் சாதி மத வெறியர்கள் செய்த கொடுமையைப் பற்றியும் செல்பேசியில் பேசியதால் விரிவாகப் பேச முடியவில்லை. அலுவலகத்தில் இருந்து திரும்பியபின் இம்மடலை அமைதியாகப் படி. அலுவலகத்தில் பணிபுரிந்தாலும் வீட்டுக்கு வந்த பின்பும் ஓய்வில்லாமல் பெண்கள் வேலைசெய்ய வேண்டியிருக்கிறதே என நீ முணுமுணுப்பது புரிகிறது. கணவன் மனைவி இருவரும் வீட்டு வேலைகளைப் பகிர்ந்துகொண்டு பார்த்தால் நலமாக இருக்கும். நடைமுறையில் எத்தனை ஆண்கள் இதைப் புரிந்துகொண்டு நடக்கிறார்கள் என்று தெரியவில்லை.

சரி. மனிதநேயத்தைப் பற்றிப் பல தேசிய, அனைத்துலக, கல்லூரிக் கருத்தரங்கங்களில் நான் படைத்த இலக்கியக் கட்டுரைகளை 'இலக்கிய நினைவலைகள்' என்ற நூலாக வெளியிட இருக்கிறேன். எம் வழிகாட்டியாகவும் தோழராகவும் விளங்கும் நண்பர் திரு திறனாய்வுச் செம்மல் எம். எசு. தியாகராசன் அவர்கள் துணையால் இது சாத்தியமாயிற்று.

உன்னுடைய கவிதைகளைத் தொகுத்து வெளியிடவேண்டி என் கருத்தைக் கேட்டிருந்தாய். இன்றைய காலகட்டத்தில் பதிப்பகங்கள் கவிதைநூலை வெளியிடத் தயங்குகின்றன. கவிதை விலை போவதில்லை என்கிறார்கள். வள்ளலார் 'கடைவிரித்தேன் கொள்வாரில்லை' என்று பாடினாரே, அதேகதைதான் இன்றும். நம் பங்குப் பணம் கொடுத்து வெளியிட நினைத்தாலும், நம்மால் அரசு நூலக ஆணைக் குழுவிடம் போராடி மாவட்ட நூலகங்களில் இடம்பெறச் செய்யத் தனித்

'திறமையும்' வேண்டும். நேரில் நண்பர்கள் மூலம் விற்றுவிடலாம் என்று நினைப்பது ஒரு மூடநம்பிக்கை. நீங்கள் ஒருவருக்குப் புத்தகத்தைக் கொடுத்துவிட்டு, அவர் பணம்கொடுப்பார் என நினைத்தால், அவர் உங்கள் கையெழுத்தைப் போட்டுக் கொடுக்கச் சொல்வார். அதாவது நீங்கள் அவருக்குப் பரிசாகக் கொடுத்ததாகப் பொருள். அதையும் மீறி நீங்கள் புத்தகத்துக்கான தொகையைக் கேட்டால் உங்கள் பெருந்தன்மைக்கும் நட்புக்கும் சோதனைக் காலம்தான். மகாகவி பாரதிக்கு ஒரு குவளைக் கண்ணன், கம்பனுக்கு ஒரு சடையப்ப வள்ளல் கிடைத்ததுபோல் நமக்குக் கிடைப்பார்களா என்ன?

சரி. அது ஒருபுறம் இருக்கட்டும். மனிதநேயத்தைப் பற்றிப் பேசவந்தவன், தடம்மாறிச் சொந்தக்கதை சோகக் கதைகளைப் பேசத் தொடங்கிவிட்டேன். சங்க இலக்கியங்களில் மூழ்கி முத்தெடுத்து அன்றைய மன்னர்களின் கொடைத்திறம், பாவலர்களின் வரிசையறிந்து பரிசில் நல்கும் பெருந்தன்மை, மக்கள் நலனை மன்னருக்கு உணர்த்திய புலவர்கள் தம் நெஞ்சுரம், விருந்தோம்பல் எனப் பற்பல கோணங்களில் ஆயும்போது, புதுப்புது வினாக்களும் ஐயங்களும் எழுந்தன.

வீர தீர பராக்கிரம மன்னர்கள் கொடைவள்ளல்களாக 'இன்று செலினும் சிறுவரை நின்று செலினும்' என்று சென்றாலும் இல்லை என்னாது புலவர்களுக்குப் புரவலர்களாக விளங்கினார்கள். சரி. மக்கள்மேல் அடுக்கடுக்காக வரிகள் போட்டுக் கொடுமைப்படுத்தியது ஏன்? 'காய்நெல் அறுத்துக் கவளம் கொளினே' என்று ஒருபுலவர் அறிவுறுத்தியது தவிர வேறெவரும் மன்னனை எதிர்த்துப் பாடியதாக என் சிற்றறிவுக்கு எட்டிய அளவில் தெரியவில்லை.

வருவாயில் ஆறில் ஒருபங்கு வரி. செலுத்தமுடியாதவர்களின் வீட்டில் புகுந்து 'வெண்கலம் பறித்தும் மண்கலம் உடைத்தும்' தண்டித்தார்கள் என்று அறிகிறோம். போரில் வென்ற மன்னர்கள் தோற்ற மன்னர்களின் மனைவிகளைச் சிறைப் பிடித்துக் கொடுமைப் படுத்தியது ஏன்? இலங்கைக்குச் சென்ற இந்திய அமைதிப்படை ஈழத் தமிழர்களுக்குச் செய்த கொடுமையைப்போல, அன்றும் வென்ற படைவீரர்கள் செய்த திருப்பணிக்குப் பேரென்ன? தோற்றுப்போன நாட்டின் காவல் மரங்களை அழித்தார்களே! எதிரிநாட்டு மண்ணைக் கழுதைகள் பூட்டிய ஏரால் உழுது முள்விதைத்துக் கெடுத்தார்களே. ஏன்? மன்னர்களின் புகழைக் காலம்கடந்தும் சொல்லிக் கொண்டிருக்கும் பெரிய பெரிய கோயில்கள், அணைகளைக் கட்டத் தம் குருதியையும் வியர்வையையும் சிந்திய தொழிலாளர்களின் வாழ்நிலை எப்படி இருந்தது? கூலி முறையாகக் கொடுக்கப்பட்டதா? மேல் சாதியினர்க்கு மட்டும் இறையிலி நிலங்களை, ஊரான் வீட்டு நெய்யே என் பெண்டாட்டி கையே எனச் சொலவடை சொல்வதுபோலத் தாரைவார்த்துக் கொடுத்தார்களே? மற்றவருக்கு என்ன கிடைத்தது?

மனிதநேயம் அன்று என்னபாடுபட்டிருந்ததோ என்று எண்ணத் தோன்றுகிறதல்லவா?

வரலாற்றை ஆழ்ந்து பார்த்தால், அரசு என்ற அமைப்பின் வேலையே எல்லோரையும் அடக்குவது, ஒடுக்குவது, சுரண்டுவது என்பதாக இருக்கும்போல இருக்கிறது. அன்றைக்கு முடியாட்சி - இன்றைக்கு மக்களாட்சி. இன்றைய அமைப்பின் ஏவுகணைகளாகக் காவல்துறையும் படையும் இருக்கின்றன. ஒருவரை ஒருவர் அடுதலும் பொருதலும் இயல்பே எனச் சப்பைக்கட்டுக் கட்டிக்கொண்டு மன்னர்கள் நிகழ்த்திய போர்கள் ஏராளம். மண்ணுக்கும் பெண்ணுக்கும் பொன்னுக்குமாகச் சண்டைகள் நடந்தன. இன்றைக்கு வலுத்த நாடுகள் தன் படைக் கலன்களுக்குச் சந்தை உண்டாக்கவும் பிறநாட்டு வளங்களை, குறிப்பாக எண்ணெய்வளத்தைக் கவரவும் பெரும் போர்களை உற்பத்தி செய்கின்றன. ஹிரோஷிமா நாகசாகிக் கொடுமைகளை விஞ்சும் அழிவுகளை நிகழ்த்தப் பல்லாயிரம் அணுக்கருவிகளை வைத்திருக்கிறார்கள்.

வரலாற்றில் மனிதநேயத்தைக் கொன்று குருதிவெறியோடு அலைந்தவன் ஹிட்லர் என்று நீ சொன்னாயே! உண்மைதான். 28/01/2015 நியு இந்தியன் எக்ஸ்பிரஸின் தலையங்கத்தைப் படித்தாயா? எழுபது ஆண்டுகளுக்குமுன் நிகழ்ந்த கொடுமை அது. நாஜி முகாம். ஆம். கொத்துக் கொத்தாக யூதர்கள் கொல்லப்பட்டார்கள் இங்கே. போலந்து நாட்டில் ஆச்விட்சு-பிர்கெனவ் என்ற இடத்தில் இருந்த முகாமில் 1. 5 மில்லியன் மக்கள் கொல்லப்பட்டிருக்கிறார்கள். 27/01/1945 அன்று அந்த முகாமிலிருந்து 2,00,000 கைதிகளை விடுவித்தது சோவியத் படை. அங்கே 8,36,525 பெண்டிர் உடைகளும், 3,48,820 ஆடவர் உடைகளும், 43,525 இணை செருப்புகளும், 460 செயற்கைக் கால்களும் கிடந்தனவாம். கைதிகளைக் கொல்லும் முன் தலையை மொட்டை அடிப்பார்களாம். அவ்வகையில் அங்கே 7 டன் முடி காணப்பட்டதாம். நினைக்கவும் நெஞ்சு நடுங்குகிறதல்லவா? சேனல்4 ஒளிபரப்பிய 'இலங்கை அரசு ஈழத்தமிழர்கள்மேல் நிகழ்த்திய இனப்படுகொலை' நினைவுக்கு வருகிறதா? உலகம் பல ஹிட்லர்களைத் தோற்றுவித்துக் கொண்டேதான் இருக்கிறது.

பழங்காலத்தில் சைவமும் சமணமும் முரண்பட்டபோது, சைவம் தழைக்க (!) எண்ணாயிரம் சமணர்களைக் கழுவிலேற்றிக் கொன்றார்கள். முடியாட்சிக் காலத்தில் அரசனுக்கு யோசனை கூற அரசகுரு இருந்ததாகப் படித்திருக்கிறோம். இன்றும் மக்களாட்சிக் காலத்தில் மைய அரசுக்கு ஆணையிடக்கூடிய மதவெறிக்கூட்டங்கள் அரசகுரு போலத்தான் செயல்படுகின்றன. 'கொல்வதும் நானே; கொல்லப்படுபவனும் நானே' என்று கண்ணன் கீதையில் சொன்னதைக் கடைப்பிடிப்பவர்கள் மதத்தின் பெயரால் மக்களைக்

கொல்வது தவறில்லை என்கிறார்கள். கீதை சாதிவேறுபாட்டை (சதுர் வர்ணம்) ஊக்குவிப்பதால், கீதையின் அடியவர்களுக்கு பிறப்பொக்கும் எல்லா உயிர்க்கும் என்ற உண்மை புரியாது.

ஒரே நாடு, ஒரே மொழி, ஒரே மதமென ஒற்றைப் பண்பாட்டைத் தூக்கிப் பிடிக்கும் இவர்களால் இந்திய இறையாண்மையே காயம் பட்டுக் கிடக்கிறது. பல வண்ணப் பூக்கள் பூத்திருக்கும் நந்தவனம் இந்தியா. பிற மதத்தினரைத் தாய்மதம் திரும்புதல் என்ற பெயரால் இந்துவாக்க முனைந்துகொண்டிருக்கிறார்கள். ஆமாம், அப்படி இந்துவாக்கப் பட்டவர்களை இவர்கள் எந்தச் சாதியில் சேர்த்துக் கொள்வார்கள்? கருவறைக்குள் செல்லும் சாதியிலா? அல்லது பிறவற்றிலா?

தமிழுக்காக வடநாட்டுக்காரர் தருண்விஜய் குரல்கொடுப்பதைப் பாராட்டிப் பேசினாயே! வைரமுத்துக்கூட விழா எடுத்து அவரைப் பாராட்டி விழா எடுத்திருந்தாரே; பாராட்டட்டும்; தவறில்லை. நாமும் வாழ்த்துவோம். ஆனால் தமிழகத்துக்குள் சமஸ்கிருதத்தையும் இந்தியையும் வலியப் புகுத்தத் துடிக்கும் இவர் சார்ந்த மைய அரசுக்கு என்ன விடை சொல்லப் போகிறார். தமிழகத்தில் காலூன்ற மதவாத பா.ஜ.க. மேற்கொண்டிருக்கும் தந்திரங்களில் இதுவும் ஒன்று என உனக்குப் புரியவில்லையா? காந்தியைக் கொன்றவனுக்குக் கோவில் கட்டத் துடிக்கிற இவர்கள் கோட்சேயைவிடக் கொடியவர்கள். இவர்களிடம், மனிதநேயம் என்ன பாடுபடுகிறது தெரியுமா?

அடுத்து, நம் தமிழகத்தில் சாதிவெறியும் மத அரசியலும் கைகோர்த்துக் கொண்டு பெருமாள் முருகன் என்ற அருமையான எழுத்தாளரின்மேல் தாக்குதல் தொடுத்தது உனக்குத் தெரியும்தானே. திருச்செங்கோட்டைக் களமாகக் கொண்டு குழந்தைப்பேறில்லாத ஒரு தம்பதியர் அடையும் துயரை அழகாகப் பதிவுசெய்த 'மாதொரு பாகன்' புதினத்துக்காக, பெருமாள் முருகன் அச்சுறுத்தப்பட்டார். 'பெருமாள் முருகன் என்ற எழுத்தாளன் இறந்துவிட்டான்' என மனம் நொந்து விலகி நிற்கிறார். கருத்துச் சுதந்திரத்தையும் படைப்பாளனையும் பாதுகாக்க வேண்டிய அரசின் பேராளர்கள், கட்டப் பஞ்சாயத்துமூலம் காயப்படுத்தியிருக்கிறார்கள்.

நீ, 15/01/2015 தினமணி தலையங்கம் படித்தாயா? 'அட பெருமாளே' என்ற அந்தத் தலையங்கம் கருத்துச் சுதந்திரத்தை சீரியமுறையில் கூர்மையாக வலியுறுத்தி இருந்தது. கலை இலக்கியப் பெருமன்றம், தமிழ்நாடு முற்போக்கு எழுத்தாளர், கலைஞர்கள் சங்கங்கள் கருத்துச் சுதந்திரத்துக்காகப் போராட்டங்கள் நடத்தியிருக்கின்றன. த.மு.எ.க.ச. உயர்நீதி மன்றத்தில் வழக்குப் போட்டிருக்கிறது. திமுக ஸ்டாலின், திருமா வளவன் போன்றோரும் எதிர்க்குரல் கொடுத்திருக்கிறார்கள். வேறு எந்த அரசியல் அமைப்பும் இதைப் பற்றி வாயே திறக்கவில்லை. சாதி அரசியல் வாக்கு வங்கியை அவர்கள் இழக்கத் தயாராக இல்லை போலும்.

கதை நூறு ஆண்டுகளுக்குமுன் நடைபெற்ற ஒரு வழக்கத்தைப் பற்றிப் பேசுகிறது. அதை இந்த நூற்றாண்டுக்குப் பொருத்திப் பார்த்துக் கலவரம் செய்யத் துடிக்கிறது சாதிய மதவாதக் கூட்டம். பெருமாள் முருகன் திருச்செங்கோடு வட்டாரத்தில் நடக்கும் கல்விக் கொள்கையை விடாமல் சாடி வருபவர். இவரை முடக்கத் திட்டம் போட்டவர்களுக்கு இப் புதினம் ஒரு சாக்கு. அவ்வளவுதான். 2010ல் வெளியான இப்புதினம் 5000 படிகளுக்குமேல் விற்றிருக்கிறது. இப்போது One Part Women என ஆங்கிலத்தில் மொழிபெயர்க்கப் பட்டிருக்கிறது. அதன் பிறகுதான் சில மேதாவிகளுக்கு இப்படியொரு குறுக்கு எண்ணம் தோன்றியிருக்கிறது.

தமிழகத்தில் இது ஒன்றும் புதிதல்ல. புதுக்கோட்டை மாவட்டம் குலதிரன் பட்டுக் கிராமம் துரை. குணா தான் எழுதிய 'ஊரார் வரைந்த ஓவியம்' புதினத்துக்காகவும், கோட்டமங்கலம் மா. மு. கண்ணன் கானா ஈனாவின் கணினி நூலுக்காகவும் எதிர்ப்பைச் சந்தித்தவர்கள். 'மைலாஞ்சி' என்ற கவிதை நூலில் தன் மதநம்பிக்கைகளைச் சாடிய எச்.சி. ரசூல், பிள்ளை கெடுத்தாள் விளை கதைக்காகச் சுந்தர ராமசாமி, அம்மா வந்தாள் புதினத்துக்காக தி. ஜானகிராமன் எனப் பலர் இந்தப் பண்பாட்டுக் காவலர்களால் தாக்கப்பட்டுள்ளார்கள்.

கருத்தைக் கருத்தால் எதிர்கொள்ளத் துணிவும் பண்பும் இல்லாதவர் கள் சாதியையும் மதத்தையும் கையில் எடுத்துக்கொண்டு தானடித்த மூப்பாகச் செயல்படுவதை நாம் எப்படி அனுமதிப்பது? படைப்பாளர்கள் என்றமுறையில் நாம் விழிப்போடும் துணிவோடும் இருக்கவேண்டும்.

இதை என் நண்பர் ஒருவருக்குக் கொடுத்துப் படிக்கச் சொன்னேன். பாராட்டிவிட்டு சபினாவும் கலிங்கத்தானும் யார் என்று கேட்டார். நான் சிரித்துவிட்டு தனுஷ்கோடி ராமசாமியின் 'தோழர்' புதினத்தைப் படித்துப் பாருங்கள் புரியும் என்றேன். சரிதானே. முடிக்கும்போது... நீ ஒருமுறை எழுதியிருந்த கவிதை வரிகளை அசை போட்டுவிட்டு முடிக்கிறேன். அது... 'மலையைப் பார்த்தால் நீங்கள். மடுவைப் பார்த்தால் நீங்கள். குயிலைப் பார்த்தால் நீங்கள்; கோட்டானைப் பார்த்தால் நீங்கள்; அந்தக் குரங்கைப் பார்த்தாலும் நீங்கள்.'

இளமையில் பரிமாறிக்கொண்ட இலக்கிய நினைவுகளை உன் மடல் கண்டபின் பேசலாம். முற்காலத்தில் கடிதம் எழுதிவிட்டு, 'இதைத் தந்திபோல் பாவித்துப் பதில் எழுதுங்கள்' எனப் பின்குறிப்புப் போடுவார்கள். இப்போதுதான் தந்தி இல்லையே. எனவே விடைமடல் எழுதுவது என்ற நல்ல பழக்கத்தைத் தொடர்ந்து கடைப்பிடிக்க வேண்டி முடிக்கிறேன். நன்றி.

அன்பு
கலிங்கத்தான்

22

கதிரவனுக்கோர் மடல்

அன்பு நண்பர் கதிரவன் அவர்களுக்கு,

வணக்கம். நலம். நலமே மலர்க. முன்புபோல நமக்குள் கடிதங்கள் பரிமாற்றம் இல்லையே என்பது என் மனக்குறை. ஊர்போய்ச் சேர்ந்த உடன் கடிதம் போடு; எல்லோரையும் கேட்டதாகச் சொல்லுங்கள் என்ற சொற்றொடர்கள் வழக்கிழந்து போய்விட்டன. செல்லின்றி அமையாது உலகு என மாறிப் போய்விட்டது காலம். அறிவியல் வானேறி உச்சிக்குப் போய்விட்டது. மங்களயான் வரும் செப்டம்பர் 2014ல் செவ்வாய்க்குப் போய்ச் சேர்ந்துவிடும் என்கிறார்கள். அதையும் செல்வழியே பரிமாறிக் கொள்ளலாம்தானே.

என் தாத்தா அடிக்கடி சொல்வார், 'பழசு பழசுதாண்டா... பழசுக்குன்னு ஒரு மவுசு இருக்குடா' என்று. அது எவ்வளவு உண்மை என்று இப்போது தான் புரிகிறது. பழமையின் தோள்மேல் ஏறி நின்றுதானே புதுமை பாய்ச்சல் எடுக்கிறது.

என் அப்பா இறந்து முப்பத்து இரண்டு ஆண்டுகள் ஆனாலும் என் கூடவேதான் இருக்கிறார், நாம் தஞ்சை அம்மாபேட்டையில் மூன்றாண்டுகள் தங்கியிருந்தபோது அப்பா எனக்கு எழுதிய மடல்கள் மூலம். அவர் எழுத்தைத் தடவிப் பார்க்கும்போதே அவரைத் தொட்டுத் தடவுவதுபோல் இருக்கிறது. நேரில் பேசும்போது காட்டும் கறார்தன்மை அதில் இருக்காது. அன்புள்ள கண்மணிக்கு, மாணிக்க வாசகத்துக்கு என்று விதவிதப் பேர்களால் என்னை அழைத்து எழுதியிருப்பார். உங்களிடம் கூடச் சில கடிதங்களை

காட்டியிருக்கிறேனே, நினைவில்லையா? நீங்கள் குறுஞ்சிரிப்புடன் படித்துச் சுவைப்பீர்களே!

அன்றாடும் நான் அஞ்சல் பணியாளரிடம் நான் 'எனக்கு ஏதாவது இருக்குங்களா?' என்று கேட்பேன். கடிதம் வராத நாட்களில் 'இன்னக்கி உங்களுக்கு ஒன்னுமேயில்லைங்க' என்பார். ஒருசமயம் நீங்கள் கேட்டீர்களே, 'என்ன முத்து அவர்பாட்டுக்கு உங்களுக்கு ஒன்னுமே இல்லைன்னுட்டுப் போறாரு. கோபிக்காமச் சிரிக்கிறீங்க' என்று. இந்த நகைச்சுவையை ஏழு நாட்களுக்கு அசைபோடுவோமே.

கதிர், அப்போது உணவு விடுதியில் சாப்பிட்டுக் கொண்டிருந்தோம். 1992-ஆம் ஆண்டு என நினைக்கிறேன். காலையில் தண்ணீர் மிகுதியாகக் குடித்த சட்டினியுடனும் சாம்பார் என்ற பேர்படைத்த மிளகுச்சாறுடனும் இட்டிலியைச் சாப்பிடுவோமே. சிறு கரண்டியில் பொங்கலை இலையில் வைப்பாரே பரிமாறுபவர். ஒருமுறை நீங்கள் கேட்டீர்களே, 'என்ன தளிகையா சாமி... எந்தக் கோயிலோடது' என்று. அதற்கு அவர் கோபித்துக்கொண்டது எல்லாம் மறக்க முடியுமா? அப்புறம்தானே நாம் ஓர் ஐந்தாண்டுத்திட்டம் போட்டுச் சொந்தமாகச் சமைப்போம் என்று முடிவெடுத்தோம்.

உங்களுடைய பரக்கலக்கோட்டை வயலில் விளைந்த அரிசியை, கல்ச்சர் ரகம் என்பீர்கள்... நீங்கள் கொண்டுவருவீர்கள். நான் என் வீட்டில் இருந்து இட்டிலிப்பொடி, சாம்பார்ப்பொடி, பருப்புப் பொடிகளைக் கொண்டுவருவேன். அதிகாலை எழுந்து அடம் பிடிக்கும் மண்ணெண்ணெய் வாயு அடுப்புக்குக் காற்று அடித்து, காலை மதியம் இருவேளைக்கும் உணவு தயாரிப்போமே. எவ்வளவு சுவையாக இருக்கும். என்ன சிரிக்கிறீர்கள். தளுகைச்சோற்றுக்கு அது மோசமில்லைதானே! ஆனால் அடிக்கடி அவரவர் பங்குக்குச் சாம்பாரில் உப்புப் போட்டு, அந்தத் துன்பத்தையும் பங்குபோட்டுக் கொண்டதை நினைத்தால் இப்போதும் இனிக்கிறது.

ஆமாம், பரக்கலக்கோட்டைக் கண்மாய்க்குத் தண்ணீர் வந்துவிட்டதா? கடைமடைப்பகுதிக்குத் தண்ணீர் வருவதில்லை என அப்போதே சொல்வீர்கள். கர்நாடகத்தில் தேக்கிவைக்க முடியாமல் எடுத்துவிடும் காவிரித் தண்ணீர் பெருக்கெடுத்து ஓடினாலும், அதைக் கடைமடை வரை கொண்டுவர வக்கில்லாமல் இருக்கிறோம். வாராமல் வந்த மாமணியைக் கடலுக்கு அழைத்துச் சென்று வீணடிக்கிறோம் எனக் குறிப்பிடுவீர்களே. இன்னும் அதே நிலைதானா? அக்கினி ஆற்றில் நீர் ஓடுகிறதா? கண்மாய்க்கரையில் நிற்கும் பூதங்கள் எப்படி இருக்கிறார்கள்? இரவுமுழுக்க வழிபாடு நடக்கும் சோமநாதசாமி நலமா?

ஒருமுறை வரவேண்டும் அங்கே. முத்துப்பேட்டை, அதிராம்பட்டினம், நெப்போலியன் வெற்றிக்காகக் கட்டப்பட்ட மனோரா கோபுர மாளிகை, பூங்கொல்லை, பேராவூரணி, இரண்டாம் புலிக்காடு என்று சுற்றித் திரிந்தோமே. வந்து பார்க்கவேண்டும். ஞாயிறுதோறும் தஞ்சைப் பெரிய கோயிலைச் சுற்றிச் சுற்றிவந்து அங்கேயுள்ள புல்வெளியில் அமர்ந்து கதைகதையாகப் பேசுவோமே. பொழுது போவது தெரியாமல் இருந்துவிட்டுக் கடைசிப் பேருந்துக்குக் காத்திருந்து, பேருந்து நிலையத்தில் அவித்த வேர்க்கடலையும் மக்காச் சோளமும் விற்பவரிடம் பேசிக்கொண்டும் கொறித்துக் கொண்டும் நேரத்தைக் கடத்தி, பிறகு வீடு சேர்ந்து மொட்டை மாடியில் படுத்து, விடிந்தது தெரியாமல் தூங்கிப்போன காலங்களை எப்படி மறப்பது? அனுமந்தராயபுரம் சென்று லாவணி கேட்டதும், சதுர்வேதிமங்கலம் போய் பவழக்கொடி நாடகம் பார்த்ததும் இன்னும் மனதில் பசுமையாக இருக்கிறது.

தஞ்சைப் பழைய பேருந்து நிலையம் எதிரே ஒரு புரோட்டாக் கடை இருக்குமே. புரோட்டாவை வைத்துவிட்டுக் குவளைகுவளையாய்க் குருமா ஊற்றுவார்களே. நான்கு புரோட்டாவுக்கு நான்கு குவளை குருமா குடித்தவர்களைப் பார்த்துச் சிரித்தோமே. இப்போதுதான் தெரிகிறது புரோட்டா தயாரிக்கப் பயன்படுத்தும் மைதாவில் தலைச்சாயத்துக்குப் போடும் வேதிபொருள் இருக்கிறது என்பது. சர்க்கரை நோய்க்கும் இதய நோய்க்கும் அப்போதிருந்தே நாம் வரவேற்புக் கொடுத்திருக்கிறோம் என்று நினைத்தால் நெஞ்சாங்குலை நடுங்குகிறது. இப்போது நான் புரோட்டாவுக்கு விடை கொடுத்து விட்டேன். நீங்கள்?

ஏதோ பஞ்சகீர்த்தனம் பாட நம்மை அழைத்ததுபோல ஒவ்வோர் ஆண்டும் மார்கழி மாதம் திருவையாறு தியாகையர் விழாவுக்குப் போவோமே. ஊரையும், மக்களையும். ஆற்றுத்துறையில் படி தொட்டுத் துள்ளியோடும் நீரையும் பார்த்துவிட்டுத் திரும்புவோம். ஐயாறப்பன் கோயில் வடக்குச் சுற்றில் கிழக்கு மூலையில் நின்று கொண்டு, நான் உங்கள் பேரை, நீங்கள் என் பேரை உரக்கச் சொல்வதும், அது ஏழுமுறை எதிரொலியாகத் திரும்புவதும்... அடடா... நெஞ்சப் பெட்டியில் சேமிக்கப்பட்ட நிகழ்வுகள் அல்லவா அவை!

பழைய காலங்களை அசைபோடும்போது, நீலபத்மனாபனின் தலைமுறைகள் நினைவுக்கு வருகிறது. நிகழ்வுகள் வரிசையாகவா வந்து போகும். நான்முந்தி நீமுந்தி என எல்லாம் தள்ளுமுள்ளு போட்டுக் கொண்டு வருகின்றன. நாம் அம்மாபேட்டையில் நம் அலுவலகப் பணியை நன்றாகச் செய்தோமோ இல்லையோ,

நாள்தோறும் காலைச் சமையலை முடித்துவிட்டு வெண்ணாற்றுக்குப் போகாமல் இருப்பதில்லை.

எங்கள் ஊர்ச் சண்முகநதி புனிதமானது எனச் சுற்றுலாப் பயணிகள் அதில் குளித்துவிட்டுத்தான் பழனிமுருகனைப் பார்த்துச் சேதி சொல்லப் போவார்கள். உள்ளூர்க்காரர்களுக்குத்தான் தெரியும் அதில் குளித்தால் அரிப்பெடுக்கும் என்பது. வெண்ணாறு அப்படியில்லையே. பொங்கும் நுரையோடு பாய்ந்து வருமே. ஒருமுறை நான் படித்துறையில் நின்றுகொண்டு, 'கதிர், தொடித்தலை விழுத்தண்டினார் என்ற புறநானூற்றுப் புலவர் தன் இளமைக் காலத்தை எண்ணிப் பாடும்போது,

கரையவர் மருளத் திரையகம் பிதிர
நெடுநீர்க் குட்டத்துத் துடும் எனப் பாய்ந்து
குளித்துமணல் கொண்ட கல்லா இளமை

என்று பாடுவார். எப்படித் தெரியுமா?' என்றேன். எப்படி என்றீர்கள் நீங்கள். இப்படித்தான் என நான் ஆற்றில் குதித்துவிட்டேன். பாய்ந்தபின்தான் தெரிந்தது தண்ணீரின் வேகம். அப்படியே கரையோர மாகவே நீந்தி அடுத்த படித்துறையில் ஏறிவந்தேனே. 'என்ன விளையாட்டுப் பிள்ளையா இருக்கீங்களே' என்று நீங்கள் கடிந்து கொண்டீர்களே. வெண்ணாறே வெண்ணாறே என்ற என் கவிதை தெசிணி ஐயா நடத்திய 'கவிதை' இதழில் வந்ததே. படித்துச் சுவைத்தீர்களே. நினைவு இருக்கிறதா?

வெண்ணாற்றில் தண்ணீர் வராத காலங்களில் வயல்களெல்லாம் வெடித்துக் கிடக்கும். எரிவாயு எடுக்கும் சில வயல்கள் இரவெல்லாம் தீயைக் கக்கிக்கொண்டிருக்குமே. ஒரு பெரியவரிடம் 'ஏங்க ஒரு துளைக்கிணறு போட்டா, ஆத்தோரம் நல்லா ஊத்து வருமே... நெல்லுப் போடலாமே' என்று கேட்டதற்கு, அவர், 'அப்பு... . நாங்க நெனச்சா கெணறு தோண்டமுடியாது. இந்த நெலங்க எல்லாம் மேற்படி ஐயா பேருல. நாங்க வெள்ளாமை வெப்போம். வெளச்சல்ல பாதி அவருக்கு... பாதிதான் எங்களுக்கு.' என்று கூறினாரே. உடனே நீங்க காடு வெளஞ்செ‌ன்ன மச்சான் நம்ம கையும் காலும் தானேமிச்சம் என்று பாடினீர்களே!

நீடாமங்கலம் நண்பர் மருத்துவர் மறையரசனை நினைத்தால் தூக்கமே வருவதில்லை. அருமையான நண்பர். இரண்டு ஆண்டாகிறது அவரை இழந்து. அவர் துணைவியார் பெங்களூரில் குண்டனகல்லியில் இருக்கும் மகளுடன் இருக்கிறாராம். மருத்துவமனையை மட்டும் பார்த்தோமா, இரண்டு ஊசி போட்டோமா, நீண்ட பட்டியலில்

மருந்தெழுதிக் கொடுத்தோமா. முடிந்தவரை பணத்தைக் கறந்தோமா என்றில்லாமல், நீடாமங்கலம் இலக்கியக் கழகத்தை நடத்தினார். நாமும் துணைக்குப் போவோம். வடுவூர், மன்னார்குடி, திருவாரூர், திருவையாறு, பேராவூரணி, கும்பகோணம், வலங்கைமான், கோவில் வெண்ணி எனச் சுற்றுவட்டாரப் பள்ளிகளில் இருந்து வரும் மாணவர் களுக்குக் கதை, கவிதை, நாட்டியம், திருக்குறள் போட்டிகள் வைத்துப் பரிசுகளை அள்ளிக் கொடுப்பாரே. நாம் மூவரும் சேர்ந்து விழாவுக்கு முதல்நாள் விடிய விடிய உட்கார்ந்து மாணவர்களுக்குச் சான்றிதழ் எழுதுவதும், பரிசு நூல்களைக் கட்டிவைப்பதும், நடுவர்களாகப் பணியாற்றுவதும் என... அந்த நாட்களை மறக்க முடியவில்லை கதிர்.

ஒருமுறை நீங்கள் மறையரசனிடம், 'இனிமேல் முத்துவை பாட்டுப் போட்டிக்கு நடுவராகப் போடக் கூடாது' என்றீர்களே. என்ன காரணம் என அவர் கேட்க, பாட்டுப் போட்டியில் ஒரு மாணவி 'நீரோடும் வைகையிலே' என்ற கண்ணதாசனின் பாடலை உருக்கமாகப் பாடியதைக் கேட்டவுடன் மதிப்பெண் கொடுப்பதையும் மறந்து கண்ணீர்விடத் தொடங்கிவிட்டார் இவர் எனச் சொன்னீர்களே, நினைவு இருக்கிறதா? நானும் மறையரசனும் தென்மொழி, தமிழ்ச்சிட்டு இதழ்களில் கவிதை எழுதி வந்தோம். அவர் மருத்துவத்தையே கவிதையில் எழுதுவார். மூவலூர் ராமாமிர்தம் அம்மையாரைப்பற்றி ஒருமுறை அவர் ஆற்றிய உரையை மறக்கமுடியுமா? இப்போது அவர் இல்லாத நீடாமங்கலத்துக்குப் போகவே பிடிக்கவில்லை.

சரி... கதிர்... கடிதம் நீண்டு விட்டது. விடை எழுதுங்கள். வீட்டில் தங்கள் துணைவியார், மகன், மகள், அம்மா, அப்பா, பன்னீர் சித்தப்பா, பட்டுக்கோட்டை ராசா அனைவரையும் கேட்டதாகச் சொல்லுங்கள். ஆமாம், கேட்க மறந்து விட்டேன். போனமாதம் அம்மாபேட்டைக்கு அலுவலகப் பணி காரணமாகப் போனதாகச் சொல்லியிருந்தீர்கள். (50 காசு செலவில் செல் மூலம்) அங்கே நிறைமதி ஆசிரியையைப் பார்த்தீர்களா? நன்றாக இருக்கிறாரா? நம் இரவுணவுக்குக் கற்பூரவல்லிப் பழத்தைச் சீப்புச் சீப்பாகத் தருவாரே பழனிச்சாமி ஐயா, நாம் காலையில் ஆற்றுக்குப் போகும்போது அழகாகப் புன்னகைகாட்டி மயக்கும் குட்டிப்பிள்ளை, நமக்குக் குடியிருக்க வீடு தந்த சலீம் அண்ணன் எல்லோரும் நலமா?

அன்புகனிந்து விடை எழுதுங்கள்.

இப்படிக்கு
அன்புள்ள
பழனி. சோ. முத்துமாணிக்கம்

23

மடல் இலக்கியம்

முத்துத் தாத்தாவுக்குப் பேத்திகள் எழுதும் கடிதம்.

அன்புள்ள முத்துத் தாத்தாவுக்கு, தென்றல் எழுதற கடிதம். நீங்க எழுதனத அம்மா படிச்சுச் சொன்னாங்க. நா நல்லா இக்கேன். நீங்க, ஆச்சி எப்பிடி இக்கிங்க. நா கூழு மம்மம் சாப்பித்தேன். சாப்டாட்டி அம்மா திட்டுவாங்கல்ல. ஆனா சாப்பிதும்போது பட்டாம்பூச்சி வா வா, மழ வருது மழ வருது எல்லாப் பாட்டுக அப்பாவோட பொட்டி (ஐபேட்) பாத்தாத்தான் திம்பேன். ரொம்ப நேரம் பாத்தா, அம்மா திட்டுவாங்க, கண்ணுக் கெட்டுப்போகும்டீன்னு ... மொதல்ல... ஈம்... மொதல்ல அம்மாதான் அதக்காட்டிச் சோறுஊட்டினாங்க. இப்பப் பாக்க வேண்டாங்கிறாங்க. நீங்க வந்து அம்மாவ என்னன்னு கேளுங்க.

தாத்தா... தாத்தா... ஒருநா ஒரு சட்டிய எடுத்தனா... அதுக்குள்ள ஆனா ஆவன்னா, ஏபீசீடி எழுத்துக் கட்டைங்கள ஒன்னாப் போட்டுக் கரண்டியால கலக்கி வெளயாண்டனா... எல்லாம் ஈன்னு சிரிக்கறாங்க. அப்பா சிரிச்சுக்கிட்டே சொன்னாங்க, எல்லோரும் தமிழோட இங்கிலீசைக் கலக்கற வேலய, நீ இப்பிருந்தே செய்யறயா, அப்பிடின்னு.

நானு... நானு... நெறயப் பாட்டு வச்சிருக்கன் தாத்தா. அம்மா சொல்லிக் குடுத்தாங்க. கைவீசம்மா கைவீசம்மா. ஆன வருது ஆன வருது குஞ்சியப்பன் ஆன வருது, முக்காப்படி மாவப்போட்டு முருக்குச் சுடுங்க, காக்கா நந்தலாலா அப்பறம் டுவிங்கிள் டுவிங்கிள்... எல்லாம் தெரியும். ஆனா ஏன் தாத்தா வீட்டுக்கு ஆராச்சி வந்தாக்கா, பாடு பாடுன்னு சொல்றாங்க. எதுக்கு எல்லாருக்கும

பாடிக்காட்டணும். அப்பத்தான் நா நல்ல பிள்ளையாம். ஏந் தாத்தா? அப்பறம்... அப்பறம்... வாத்து பொம்மை, சுத்தும்போது வெளிச்சம் வரும் 'பம்பரம் எல்லாம் டம் டம் ஆயிருச்சு. வேற வாங்கலாமா...

இங்க குட்டிப்புள்ளங்க இல்லை தாத்தா வெளயாட... நாம... பழனியிலே மழ பேஞ்சபோது... ஆச்சி வீட்டுல... முன்னால... தண்ணி 'தொப்புத் தொப்புன்னு குதிச்சு வெளயாடனமல்ல... அப்பறம்... தண்ணிக்குள்ள கல்லப் போட்டு... அதுல வட்ட வட்டமா வந்துச்சல்ல... அப்பறம்... நெறய ஷொள். ஷொள் பாத்தம்ல... இங்க அப்பிடி வெளயாட முடியில... பாக்க முடியில... மாடியில தென்னம்பாப்பா துளசிக்குத் தண்ணி ஊத்தறேன்.

நீங்க எப்பத் தாத்தா வருவீங்க... நேத்து வர்றீங்களா... ஆனமேல அம்பாரி வைக்கிறீங்களா... நம்ம வீட்டுமேல இருக்கற புறாக்கள எழுப்பிவிடலாம்.

ஊருக்குப் போகும்போது ஏண்ட ஏன் சொல்லாமப் போனீங்க... நான் அம்மாவக் கேட்டுக்கிட்டே இருந்தேன். நொங்குவாங்கறதுக்குத் தாத்தா போயிருக்கிறார்னு சொன்னாங்க. நொங்கேங் காணோம்... உங்களயும் காணோம்.

அன்னக்கி அப்பா அம்மா நானு எல்லாம் பூங்கா போனோம். ஊஞ்சல் ஆடனென். நல்லா இருந்துச்சு. ரொம்பநேரம் ஆடனேன். இருட்டிருச்சுன்னு அம்மா நான் கத்தக் கத்தத் தூக்கிட்டு வந்துட்டாங்க. அழுதுக்கிட்டே அம்மாவப் போடின்னு சொன்னேன். அதுக்கு அப்பிடிச் சொல்லக் கூடாதுன்னு சொல்றாங்க. அவங்க மட்டும் போடின்னு சொல்றாங்க. நான் சொன்னா தப்பா... நீங்க வாங்க தாத்தா... நாம ரெண்டுபேரும் பூங்கா போலாம். எப்ப வருவீங்க. ஆச்சியும் வாங்க. (குழறிக் குழறித் தென்றல் பேசியதை எழுதியிருக்கிறேன். நீங்க நொங்கு வாங்கப் போயிருப்பதாக நினைத்துக் கொண்டிருக்கிறாள். -தென்றலம்மா).

முத்துத் தாத்தாவுக்கு, சகானா எழுதிக்கொண்டது. தமிழ் எழுத்தே வரமாட்டேங்குது தாத்தா. பள்ளிக்கூடத்திலயும் இங்கிலீசு... நல்லாப் பேசிப் பழகணும்ன்னு வீட்டுலயும் இங்கிலீசுல அம்மா பேசறாங்க. இப்பிடியே விட்டா தமிழ் மறந்துரும் போலிருக்கு.

எப்பப் பாத்தாலும் படிபடின்னு சொல்றாங்க. வாரத்துக்கு ரெண்டுநா பரதநாட்டியம்... ரெண்டு நா இந்தி... இப்பிடி வீட்டுக்கு வந்தாலும் வெளயாட நேரமில்லை. நீங்க சின்னப்புள்ளயா இருந்தப்போ எறிபந்து, பச்சைக்குதிரை, பாண்டிக்கரம், கோலிக்குண்டு எல்லாம் வெளயாடனதாச் சொல்லுவீங்க. சரி கொஞ்ச நேரம் போகோ, நிக்,

சின்ல் படம் பார்த்தா திட்டுறாங்க... டிவியும் பாக்கவிட மாட்டேங்கிறாங்க... வெளயாடவும் முடியல... எங்கள என்னதான் செய்யச் சொல்றீங்க...

நீங்க வந்து இருக்கும்போது ஆடன கேரம்தான். அப்புறம் அத எடுக்கவே இல்லை. ஆமா... சுருதி அஞ்சு வெரலாலயும் அடிப்பான வச்சு அடிப்பா. நாம ரெண்டு வெரலால சுண்டுவோம். அவதான் ரொம்பக் காய்களப் போடுவா. நீங்க ஏந்தாத்தா வேணுமின்னே தோத்துப் போறீங்க...

அப்புறம் தாத்தா... (இருடி... நான் எழுதன பின்னால நீ சொல்லறத எழுதித் தர்றேன். சுருதி நச்சரிக்கிறா தாத்தா) வடவள்ளியில இருக்கர நம்ம வீட்டு மாடியில இருந்து பாத்தா சுத்தீலும் மல... மலயா இருக்கு. மருதமல நல்லாத் தெரியுது. நாம போனோம்ல... அங்க பாம்பன் குகென்னு ஒன்னு இருக்காம், அடுத்த வாட்டி கூட்டிட்டுப் போங்க... பாக்கலாம்.

தாத்தா எங்க வகுப்புல அடிக்கடி ஏதாச்சும் எழுதிக்கிட்டு வரச் சொல்லுவாங்க... சுற்றுப்புறச் சூழல், விடுதலை நாள், பொங்கல் நாள் இப்பிடி... அவங்க சொல்லிக் கொடுத்தாத்தான நாங்க எழுத முடியும். வீட்டுல அம்ம அப்பாகிட்ட எழுதி வாங்கிட்டு வாங்கன்னு சொல்றாங்க. என்னோட அவங்களும் படிக்கவேண்டும் போல.

சரி தாத்தா... இதுக்கு முந்தி வேல பாத்தீங்க. இப்ப சும்மாதான நீங்களும் ஆச்சியும் இருக்கீங்க. இங்க வாங்க... ரொம்பநாள் இருக்கற மாதிரி வாங்க.

இப்படிக்கு
சகானா
5 -ஆம் வகுப்பு. ஐ பிரிவு.

அன்புள்ள முத்தாத்தாவுக்கு, தாத்தா... தாத்தா... (டீ... ஒருக்கச் சொன்னாப் போதும்... சும்மா தாத்தான்னு ஒம்பது தடவை சொல்லாதே) நீங்க என்ன பண்ணிக்கிட்டு இருக்கீங்க. நீங்க எழுதிக்கொடுத்த ஆனா ஆவன்னா மேலயே எழுதிப் பழகிக்கிட்டு இருக்கேன். வீட்டுல சில நேரம் இவங்க தமிழ்ல பேசறது எனக்குப் புரியமாட்டேங்குது.

தாத்தா... நான் இப்ப... ஆரும் பிடிச்சுக்காமலேயே சைக்கிள் ஓட்டறன். பெங்களூரூல இருக்கும்போது எனக்கு எப்

சொல்லவராதுல்ல... போட்டொவை சொட்டொ, பவுண்டைனை டோண்டைன்னு சொல்லுவன்ல. இப்ப எனக்கு எல்லாம் பேச வருது தாத்தா. இப்பப் பள்ளிக்கூடம் போறபோது அழுகிறதில்லை.

அப்பறம், பழனியில இருந்து வர்ரபோது, டொட்டொட்டுன்னு அடுச்சி வெளயாடற கோலாட்டக் குச்சி, சோழியப் போட்டு ஆடற பல்லாங்குழிப் பலகை எல்லாம் எடுத்துட்டு வாங்க. ஆச்சிகிட்டு சுருதிகுட்டி கேட்டான்னு சொல்லுங்க. எடுத்துத் தருவாங்க.

எப்ப தாத்தா வர்ரீங்க.

இப்படிக்கு
சுருதிக்குட்டி

அன்புப் பேத்திகள் சகானா, சுருதி, தென்றல் ஆகியோருக்கு,

முத்துத் தாத்தாவின் கனிந்த வாழ்த்துக்கள். இங்கு நானும் ஆச்சியும் நலம். நீங்கள், உங்கள் அம்மா அப்பா எல்லோரும் நலம்தானே.

பள்ளிக்கு ஒழுங்காகச் செல்கிறீர்களா? காலை எட்டு மணிக்குவரும் பள்ளிவாகனத்தைப் பிடிப்பதற்கு நீங்கள் படும்பாட்டை நினைத்தால் வேதனையாகத்தான் இருக்கிறது. வேகவேகமாகக் குளித்து, வேக வேகமாக அரைதோசையோ முழுத்தோசையோ தின்னமுடியாமல் தின்றுவிட்டு, காலுக்கு மூடுகாலணி அணிந்து, கழுத்துக்குச் சுருக்குப் பட்டை கட்டிப் புறப்படுவதற்குள் உங்கள் பிஞ்சுமனம் எவ்வளவு அழுத்தத்துக்கு ஆளாகிறது? அரையும் குறையுமாகச் சாப்பிட்டு விட்டுப் பள்ளிக்குப் போகிறீர்கள். விரைவில் பசிக்குமே! அம்மா கொடுத்துவிடும் நொறுக்குத் தீனி பசியைப் போக்குமா? மதிய வேளையிலாவது ஒழுங்காகச் சாப்பிடுகிறீர்களா என்றால் அதுவும் இல்லை. பல நாட்களில் பாதிச் சாப்பாட்டைத் திருப்பிக் கொண்டு வருகிறீர்கள். ஏன் என்று கேட்டால் 'மதியம் சாப்பிட நேரம் போதவில்லை. அதற்குள் மணியடித்து விடுகிறார்கள். அடுத்து வகுப்புக்குச் செல்ல வேண்டுமே' என்கிறீர்கள். என்ன தொல்லை இது?

பள்ளியில் விளையாட்டு வகுப்பே இல்லை என்கிறீர்கள்? காலை முதல் மாலைவரை வகுப்பில் உட்கார்ந்து இருந்தால் சலிப்பு ஏற்படாதா? வீட்டுக்கு வந்த பிறகாவது உங்கள் குடியிருப்பில் உள்ள பூங்காவுக்குச் சென்று கொஞ்சநேரம் விளையாடலாம் இல்லையா? ஆனால் வீட்டுப் பாடச் சுமை உங்களை விட்டபாடில்லை.

| 124 |

அடுக்குமாடிக் குடியிருப்பில் இருக்கும் உங்களுக்கு நண்பர்கள் கிடைப்பது மிகவும் அரிது. குழந்தைப் பருவத்தின் இனிமையான பொழுதுகளைத் தொலைத்துவிட்டு எந்திரங்களாக மாறிவிட்டீர்களே!

எங்கள் பள்ளிப் பருவ நினைவுகளைச் சொன்னால், 'என்ன தாத்தா கதை விடுறீங்க' என்று சிரிக்கிறீர்கள். ஆனால் குழந்தைப்பருவத்தில் நினைவுதெரிந்த நாளில் இருந்து வாழ்க்கையின் ஒவ்வொரு நிமிடத்தையும், ஒவ்வொரு நிகழ்வையும் சுவைத்துச் சுவைத்து மகிழ்ந்து கழித்தோம்.

உங்கள் பிறந்த நாளைக் கொண்டாட அம்மா அப்பா எவ்வளவு செலவழிக்கிறார்கள். எங்கள் குழந்தைப் பருவத்தில் அந்தப் பழக்கமே கிடையாது. எனக்கு இரண்டு பிறந்த நாட்கள் இருக்கிறது தெரியுமா? அறுபது ஆண்டுகளுக்கு முன்பு... நான் பிறந்த ஊரில் பிறப்பு இறப்புப் பதிவு அலுவலகம் எது தெரியுமா? உள்ளூர்க் கணக்கப் பிள்ளை வீடுதான் அது. ஆனால் முதல் பதிவாளர் எங்களூர்ச் சீத்தமரச் சோதிடர்தான். ஐந்து வயதில்தான் என்னைப் பள்ளியில், அதாவது ஊர்ச்சாவடியில் இருந்த திண்ணைப் பள்ளியில் சேர்த்தார்கள். பள்ளியில் சேரத் தகுதி என்ன தெரியுமா? வலது கையால் தலையைச் சுற்றி காதைத் தொடவேண்டும். பிறகு பள்ளியில் சேர்க்கும் நாளில் பையனுக்கு ஐந்து வயது நிரம்பியிருக்கும்படி, வசதியான ஒரு நாளைப் பிறந்தநாளாகக் குறிப்பார். இதனால் என்னோடு படித்த ஐந்தாறு நண்பர்களுக்கும் ஒரே பிறந்த நாள். இந்தப் பிறந்த நாள்தான் இறுதிவரை கூடவரும். தரையில் ஒருபடி நெல்லைக் கொட்டிப் பரப்பிவைத்து அதில் என் வலது கைவிரலைப் பிடித்து ஆசிரியர் 'அ' எழுதினார். அதன்மேலாகவே மூன்று நான்கு முறை விளம்பச் சொன்னார். அதன் பிறகு நானாக எழுதும்போது அ எழுத்தை வலம் இடம் மாற்றி எழுதினேனாம். எல்லோரும் கைகொட்டிச் சிரித்தார்களாம்.

நான் மூன்றாம் வகுப்புப் படிக்கும்போது இருந்த ஒரு வழக்கத்தைப் பற்றிச் சொல்கிறேனே. அதிகாலையிலேயே தகரக் கரும்பலகை யையும் எழுதுகுச்சியையும் ஒரு மஞ்சட்பையில் போட்டு எடுத்துக் கொண்டு பள்ளிக்குச் செல்வோம். எதற்குத் தெரியுமா? சரசுவதி எழுத. அதாவது எவன் பள்ளிக்கு முதல் ஆளாக வருகிறானோ அவன் தன் கரும்பலகையில் பள்ளிக்கு வரும் மாணவர்கள் பெயரை எழுதத் தொடங்குவான். முதலில் அவன் பெயர்; அடுத்து இரண்டாவதாக வருபவரின் பெயர்; இப்படியே எழுதிக்கொண்டு வருவான். ஆசிரியர் வந்தவுடன் இந்தப் பட்டியலைப் பார்ப்பார். பிறகு கையில் அழகான நாகதாளிப் பிரம்பை எடுத்து பையன்களுக்குத் தண்டனை கொடுக்கத் தொடங்குவார். முதலாக வந்து எழுதியவனுக்கு அடி இல்லை.

இரண்டாவது வந்தவனுக்கு ஒரு அடி; மூன்றாவது வந்தவனுக்கு இரண்டு அடி. இப்படியாகத் தண்டனை தொடரும். இதனை நாங்கள் பிரப்பம்பழம் சாப்பிடுவதாகப் பேசிச் சிரித்துக் கொள்வோம். அடி வலிக்காது. மாணவர்கள் விரைவில் பள்ளிக்கு வரவேண்டும் என்பதற்காக இப்படி ஓர் ஏற்பாடு. இதை எல்லாம் கேட்டால் உங்களுக்குச் சிரிப்பு வருகிறதல்லவா?

காலையில் ஆத்திச்சூடி, கொன்றைவேந்தன் பாடல்களை எல்லோரும் சேர்ந்து பாடுவோம். வாய்ப்பாடுகளையும் பாட்டாகவே பாடுவோம். பதினாறாம் வாய்ப்பாடுவரை எங்களுக்கு மனப்பாடம். அத்தோடு கால், அரை, முக்கால், அரைக்கால், வீசம் வாய்ப்பாடுகளும் தெரியும். ஒருகால் கால்; இருகா அரை; முருகா முக்கா; நாக்கா ஒன்னு எனப் பாடத் தொடங்குவோம். சில பையன்கள் 'ஒரு காக்கா' எனக் கூறுவார்கள். உடனே ஆசிரியர் 'எவண்டா அவன் காக்கா, குருவீன்னுட்டு, தெளிவா சொல்லுங்கடா... ஒரு கால் கால்னு' என்பார். உடனே எல்லோரும் சேர்ந்து சிரிப்போம். படிப்பு என்பது அந்தக் காலத்தில் எவ்வளவு மகிழ்ச்சியாக இருந்தது தெரியுமா?

அதிகாலையில் காலை சாப்பிடாமலேயே பள்ளிக்கு வந்துவிட்டதால் ஒருமணிநேரம் பாடம் படித்துவிட்டுச் சாப்பிட வீட்டுக்குப் புறப்படு வோம். ஆசிரியரிடம் அனுமதி வாங்க ஒரு பாட்டுப் பாடுவோம். மதிய உணவுக்குப் போகும்போது ஒரு பாட்டு. மாலை பள்ளிமுடிந்து வீட்டுக்குப் போகும்போது ஒரு பாட்டு என எல்லாம் பாட்டு மயம்தான். அந்தப் பாட்டுக்களை மறந்துவிட்டேன். போனவாரம் நூலகம் போனேனா? அருமையான புத்தகம் ஒன்று கிடைத்தது. அரங்க சீனிவாசன் என்ற தமிழறிஞர் எழுதிய 'காவடிச் சிந்தும் கவிஞன் வரலாறும்' என்ற நூல் அது. நெல்லை மாவட்டம் கரிவலம் வந்தநல்லூர் அருகே உள்ள செந்நிகுளத்தைச் சேர்ந்த அண்ணாமலை ரெட்டியார் இயற்றிய காவடிச் சிந்துப் பாடல்களின் தொகுப்பு.

சகானா நீ போன ஆண்டு விடுமுறைக்குப் பழனிக்கு வந்தபோது, அடிவாரம் சென்று காவடியாட்டம் பார்த்தோமே. நினைவு இருக்கிறதா? சுருதி பழனி மலையும் அருகே இடும்பமலையும் சேர்ந்து இருப்பதைப் பார்த்துவிட்டு, 'தாத்தா... இங்க பாருங்க... ரெண்டு மலையையும் சேர்ந்து பார்த்தாக் காவடி மாதிரி இருக்கல்ல' என்று சொன்னதை மறக்கமுடியுமா? காவடி எடுத்துப் போவோர் வழிநடைத் துன்பம் தெரியாமல் நடப்பதற்கு காவடிச்சிந்து பாடிக் கொண்டே போவார்கள். இந்தக் காலத்தில் பழனிக்குக் கால்நடை யாக வருபவர்களில் சிலபேர், வாகனங்களில் ஒலிபெருக்கியைக் கட்டிக் கொண்டு திரைப்பாடல்களை உரக்கப் பாடவிட்டுக் கொண்டு

வரும்வழியெல்லாம் குப்பைபோட்டுக் கொண்டு வருவதைப் பார்த்தால் முருகனுக்கே பிடிக்காது.

அது இருக்கட்டும். அந்தப் புத்தகத்தில், அந்தக் கால மாணவர்கள் ஆசிரியரிடம் வீட்டுக்குப் போகும்போது அனுமதி பெறுவதற்குப் பாடக்கூடிய பாடல்களைக் கண்டேன். ஆகாகா... உடனே உங்களுக்குச் சொன்னால் நல்லது என நினைத்தேன். படித்துப் பாருங்கள்.

காலையில் உணவுக்குச் செல்லும்போது பாடக்கூடிய பாடல்:

காலமே எழுந்தி ருந்து
கால்கைகள் சுத்தி செய்து
கோலமாம் நீறு பூசி
குழந்தைகள் பசிகள் தீர
பாடமும் படித்தோம் ஐயா
படியடி பட்டுக் கொண்டோம்
சீடரை அனுப்பும் ஐயா
திருவடி சரணம் ஐயா.

மதிய உணவுக்குச் செல்லும்போது பாடும் பாடல்:

சட்டம் சரவை தானெழுதிச்
சரியாய் இலக்கம் தொகை ஏற்றி
இட்ட கணக்கும் வாசகமும்
எல்லாக் கணக்கும் தீர்த்து விட்டோம்
பட்டப் பகலோ அடிதிரும்பிப்
பசியோ பொறுக்க மாட்டோம் நாம்
திட்ட மாக அனுப்பிடுவீர்
செம்பொன்அடிகள் சரணம் ஐயா.

மாலையில் வீடுதிரும்பும்முன் பாடும் பாடல்.

அந்திக்குப் போகின்றோம் நாம்
அகந்தனில் விளையா டாமல்
சுந்தர விளக்கின் முன்னே
சுவடிகள் அவிழ்த்துப் பார்த்து
வந்தது வராத தெல்லாம்
வகையுடன் படித்துக் காட்டிக்
கந்தனார் சேவல் கூவக்
காலையில் எழுந்து வாரோம்.

நீங்கள் மூன்றுபேரும் சேர்ந்து பாடிப் பாருங்கள். ஆங்கிலவழிக் கல்வியில் படிப்பதால் தமிழே உங்களுக்குத் தெரியாமல்

போய்விடுமோ என அச்சமாக இருக்கிறது. சகானா நீ சுருதிக்கு அ, ஆ எழுதப் பழக்கிவிடு. அம்மா அப்பாவுடன் தமிழிலேயே பேசு. தொலைக்காட்சியை அளவோடு பார். டாம் அண்ட் ஜெர்ரியை எத்தனை நாட்களுக்குத்தான் பார்ப்பது? போகோ கேலிப்படம் பார்த்தால்தான் சாப்பிடுவேன் என்று சுருதி இன்னும் அடம் பிடிக்கிறாளா? நீண்ட நேரம் படம் பார்த்தால் நீங்கள் சீக்கிரம் கண்ணுக்குக் கண்ணாடி போடவேண்டிவரும். தென்றல், நான் பேசுவதுபோல் பேசிக் காட்டுகிறாளாமே. பொறுங்கள் தாத்தாவை எல்லோரும் சேர்ந்து கேலியா பேசுகிறீர்கள்! நான் அங்கு வந்து பேசிக்கொள்கிறேன்.

உங்களோடு பேசிக்கொண்டிருக்கும்போது எனக்கு நேரம் போவதே தெரியாது. சிறுவர்க்கான கதைகளை நான் எழுதத் தொடங்கக் காரணமே நீங்கள்தான். தாத்தா எழுதிய 'வானவில்லைத் தேடி' என்ற கதையைத் திண்டுக்கல் சக்தி கலைக் குழுவினர் ஒருமுறை நாடகமாக நடத்தினார்கள். சுருதி பள்ளியில் இருந்து கோளரங்கம் போய்ப் பார்த்து விட்டு வந்தாளே. வந்தவுடன் 'தாத்தா... மேல இருந்து நச்சத்திரம் நெறயக் கீழ விழுந்துச்சா... நா உடனே அதக் கையில பிடிச்சு மொகத்துல பூசிக்கிட்டன் தாத்தா' என்று சொன்னதை வைத்துத்தான் 'நட்சத்திரங்களில் முகம் கழுவி' என்ற கதையை எழுதினேன்.

உங்களுக்குத் தெரியாமலேயே என்னை ஒரு குழந்தை எழுத்தாளனாக மாற்றியிருக்கிறீர்கள். கோடைவிடுமுறைக்கு இங்கு வாருங்கள். நிறையப் பேசலாம். நிறைய விளையாடலாம், ஆனைமேல் அம்பாரி உட்பட.

இப்படிக்கு
உங்கள் அன்பு முத்தாத்தா என்ற
பழனி சோ. முத்துமாணிக்கம்